శ్రీ

# విక్రమార్క మహారాజ చరిత్రమ్.

శ్రీపురాణపురుషం పురాన్తకం పద్మసంభవ ముమాసుతం మయా
సంప్రణమ్య చ సురాన్ సరస్వతీం విక్రమార్కచరితం విరచ్యతే.

అస్తి కిల మాళవేషు సమస్తవస్తుసంపూర్ణా స్వగుణపరాభూతపురన్దరపురవిభూతి రుజ్జయినీ నామ నగరీ. తత్ర సమస్తసామన్తసీమన్తినీసీమన్తసిన్దూరారుణచరణకమలయుగళో భర్తృహరి ర్నామ రాజాసీత్. స చ సకలకలాప్రవీణః సమస్తశాస్త్రాభిజ్ఞశ్చ. తస్య చ రాజ్ఞః స్వవిక్రమాపహతవైరివిక్రమో విక్రమో నామానుజోఽభూత్. తత్ర చ నగరే సకలశాస్త్రాభిజ్ఞః సమస్తమన్త్రశాస్త్రప్రవీణో బ్రాహ్మణః కశ్చి దజాయత. స కేవలం దరిద్రః. స చైకదా మన్త్రానుష్ఠానేన భువనేశ్వరీ మతోషయత్. సా తు సంతుష్టా బ్రాహ్మణ మాహ — "భో బ్రాహ్మణ, ఫల మేత ద్భక్ష

---

శ్రీ పురాణ పురుషమ్=శోభాయుక్తుఁడైన అనాది పురుషుని (మహావిష్ణువును), పుర అన్తకమ్=త్రిపురములయొక్క నాశకుని (శివుని), పద్మ సంభవమ్=తామరపువ్వు జన్మస్థానముగాఁగలవానిని (బ్రహ్మదేవుని), ఉమా సుతమ్=పార్వతియొక్క కుమారుని (విఘ్నేశ్వరుని), సురాన్=దేవతలను, సరస్వతీమ్=శారదను, సంప్రణమ్య=నమస్కరించి, మయా=నాచేత, విక్రమార్క చరితమ్=విక్రమార్కుని చరిత్రము, విరచ్యతే=రచియింపఁబడుచున్నది. భావము.—మహావిష్ణువును, శివుని, బ్రహ్మను, విఘ్నేశ్వరుని, సరస్వతిని, ఇంక నితరదేవతలను నమస్కరించినవాఁడనై నేను విక్రమార్కమహారాజుయొక్క చరిత్రమును రచించుచున్నాను.

అస్తి కిల=ఉన్నది కదా. స్వ గుణ పరాభూత పురన్దర పుర విభూతిః=తన గుణములచేత తిరస్కరింపఁబడినదైన యింద్రుని పట్టణముయొక్క ఐశ్వర్యముకలది. నామ=అను పేరుగల. నగరీ=పట్టణము. సామన్త సీమన్తినీ సీమన్త సిన్దూర అరుణ చరణ కమల యుగళః=సామన్తరాజుల భార్యలయొక్క పాపటయొక్క సిందూరముచేత ఎఱ్ఱనిదైన పాదపద్మముల జతకలవాఁడు. ఆసీత్=ఉండెను. కలా ప్రవీణః=౬౪ విద్దెలయందు పండితుఁడు. అభిజ్ఞః=పండితుఁడు. స్వ విక్రమ అపహత వైరి విక్రమః=తన పరాక్రమముచేత కొట్టఁబడిన శత్రు పరాక్రమము కలవాఁడైన. అనుజః=తమ్ముఁడు. అజాయత=పుట్టెను (ఉండెను). అనుష్ఠానేన=ఉపాసనచేత. భువనేశ్వరీమ్=భువనేశ్వరియను దేవతను. అతోషయత్=సంతోషపెట్టెను. జరా మర

య. అనేన జరామరణవర్జితో భవిష్యసి.” బ్రాహ్మణ స్తత్ఫలం గృహీత్వా స్వభవనం ప్రత్యాగత్య స్నాత్వా దేవార్చనాం విధాయ, యావ త్ఫలం భక్షయితు మయతిష్ట, తావ దస్య మన స్యేవం బుద్ధి రభూత్:—“అహం తావ ద్దరిద్రః; జరామరణవర్జితో భూత్వా క స్యోపకారం కరిష్యామి? బహుకాలజీవినోఽపి మమ భిక్షాటనే నైవ జీవనం కార్యమ్. పరోపకారిణ స్తు పురుషస్య స్వల్పకాలజీవన మపి శ్రేయో భవతి. అన్యచ్చ, జ్ఞానశౌర్యాది గుణోపలక్షితః క్షణమాత్రమపి యో జీవతి తస్యైవ జీవితం సఫలమ్. తథా చోక్తమ్—

య జ్జీవతి క్షణ మపి ప్రథితై ర్మనుష్యో । విజ్ఞానశౌర్యవిభవాదిగుణైః సమేతః
త త్తస్య జీవితఫలం ప్రవద న్తి స న్తః । కాకోఽపి జీవతి చిరాయ బలిం చ భుఙ్క్తే.

యస్మి ఞ్జీవతి జీవ న్తి బహవః స తు జీవతు
బకోఽపి కిం న కురుతే చఞ్చ్వా స్వోదరపూరణమ్.

కిం చ, క్షుద్రాః స న్తి సహస్రశః స్వ భరణ వ్యాపార పూ ర్ణాదరాః
స్వార్థో యస్య పరార్థ ఏవ స పుమా నేకః సతా మగ్రణీః
దుష్పూ రోదర పూరణాయ పిబతి స్రోతఃపతిం బాడబో
జీమూత స్తు నిదాఘ సంభృత జగ త్సంతాప విచ్ఛి త్తయే.

---

ణవర్జితః = ముసలితనము చావు వీనిచే వదలఁబడినవాఁడవు. భవనమ్ . ఇల్లు. యావత్ అయతిష్ట తావత్ = ఎప్పుడు ప్రయత్నించెనో అప్పుడు. శ్రేయః = మేలు. శౌర్య ఆది = శౌర్యము మొదలుగాఁగల. ఉపలక్షితః = కూడుకొన్నవాఁడు...... ప్రథితైః = ప్రసిద్ధములైన.. స న్తః = సత్పురుషులు. ప్రవద న్తి = చెప్పుదురు. కాకః = కాకి... యస్మిఞ్ జీవతి = ఎవఁడు జీవించుచుండఁగా. బకః = కొంగ. చఞ్చ్వా = ముక్కుతో. ఉదర పూరణమ్ = కడుపు నింపుకొనుటను.

క్షుద్రా ఇతి = (దం.) నీచులు కలరు వేలకొలఁది, తమ్ము పోషించుకొనుటయొక్క వ్యాపారమందు నిండైన యాసక్తికలవారు; తన ప్రయోజనము ఎవనికి అన్యుల ప్రయోజనమే (అయియున్నదో) ఆ పురుషుఁడు ఒక్కఁడే సత్పురుషులలో శ్రేష్ఠుఁడు. నిండింపశక్యముగాని కడుపుయొక్క (కడుపును) నిండించుటకై త్రాగుచున్నది నదులభర్తను (సముద్రమును) బడబానలము; మేఘ మయిననో వేసవిచేత నిండిన జగత్తుయొక్క తాపముయొక్క (తాపమును) పోఁగొట్టుటకై.—భా. తమ్ము పోషించుకొనుట యందు మిక్కిలి యక్కఱగలవారగు మ్రుక్కడులు వేలకొలఁది యున్నారు. వారిబ్రదు కేమి (బ్రదుకు), అన్యులకార్యమును తనకార్యముగా చూచుకొని ఎవఁడు నిర్వహించునో (అనఁగా పరోపకారి యగువాఁడు) ఒకఁడే సత్పురుషులలో శ్రేష్ఠుఁడు.

అసంపాదయతః కశ్చి దర్థం జాతి క్రియా గుణైః
యదృచ్ఛాశబ్దవత్ పుంసః సంజ్ఞాయై జన్మ కేవలమ్."

ఏవమాది విచార్య, 'ఏతత్ఫలం రాజ్ఞే దద్యామ్, స జరామరణవర్జితో భూత్వా చాతుర్వర్ణ్యం ధర్మతః సవిశేషం పాలయేత్.' ఇతి నిశ్చిత్య తత్ఫలం గృహీత్వా రాజసమీప మాగత్య,

అహీనమాలికాం బిభ్రత్ తథా పీతామ్బరం వపుః
హరో హరి శ్చ భూపాల కరోతు తవ మఙ్గళమ్.

---

బడబానలము ఎంతటికిని నిండని తనకడుపును నిండించుకొనుటకై సముద్రమును త్రాగుచున్నది. మేఘమయిననో వేసవిచే గాసిచెందిన లోకముయొక్క తాపమును పోఁగొట్టుటకై సముద్రమును త్రాగును.—స్వప్రయోజనపరులు బడబానలమువంటివారు, పరోపకారనిరతులు మేఘునివంటివారు.

అసంపాదయత ఇతి (దం) కలుగఁజేయనివానియొక్క ఏ యర్థమునైనను (ఏప్రయోజనమునైనను) జాతిక్రియాగుణరూపమున (జాతిచేతను పనిచేతను గుణముచేతను) స్వేచ్ఛాకల్పితములయినడిత్థాదిశబ్దములయొక్కయుంబోలె పురుషునియొక్క పేరికి మాత్రమే జన్మము.—భా. లోకములో కుక్క నక్క మొదలగు కొన్నిశబ్దములు జాతిని తెలుపును; రాక పోక మొదలగు కొన్నిశబ్దములు క్రియను (అనఁగా పనిని) తెలుపును; తెలుపు నలుపు మొదలగు కొన్నిశబ్దములు గుణమును తెలుపును; సుబ్బన్న వెంకన్న మొదలగు కొన్నిశబ్దములు జాతిక్రియాగుణములలో దేనినిగాని తెలుపక నామధేయములుగా మాత్రము ఉపయోగపడును. తనజాతిచేతఁగాని తాను చేయుపనిచేతఁగాని తనగుణముచేతఁగాని ఏప్రయోజనమునేనియు సాధింపలేని నరుని జన్మము సుబ్బన్న వెంకన్న లోనగు నామధేయమును వహించుటకుఁదప్ప మఱియొందునకును గాదు. అట్టిమానవుఁడు జన్మింపకయుండుట మేలని భావము.

దద్యామ్=ఇచ్చెదను. చాతుర్వర్ణ్యమ్=నాలుగు వర్ణములను.

అహీ వేతి.—భూపాల=ఓరాజా, తవ=నీకు: అహి ఇన మాలికామ్=సర్పముల రాజనెడు పూలదండను, తథా అపి-అప్రకారముగానే, ఇత అమ్బరమ్ పోయినవస్త్రముగలవాఁడైన (వస్త్రహీనమయిన), వపుః=దేహమును, బిభ్రత్=ధరించువాఁడైన, హరః=శివుఁడును: అ హీన మాలికామ్=హీనము కాని పుష్పమాలను, తథా=అప్రకారముగా, పీత అమ్బరమ్=పచ్చని వస్త్రముగలవాఁడైన, వపుః=దేహమును, బిభ్రత్=ధరించువాఁడైన, హరిః చ=విష్ణుదేవుఁడును; మఙ్గళమ్ శుభమును, కరోతు=చేయునుగాక.—భా. ఓరాజా, పాములదండను ధరించి దిసమొలగా నుండె

ఇత్యాశిషం ప్రయుజ్య ఫలం దత్త్వా భణతిస్మ — ‘భో రాజన్, దేవతావరప్రసాదలబ్ధ మిద మపూర్వం ఫలం భక్షయ. అనేన త్వం జరామరణవర్జితో భవిష్యసి.’ రాజా తు తత్ఫలం గృహీత్వా బ్రాహ్మణం సమ్మాన్య ప్రేష్య విచారయతిస్మ: — ‘అహో! మ మైతత్ఫలభక్షణా దమరత్వం భవిష్యతి! మమ త్వనఙ్గసేనాయాం మహతీ ప్రీతి రస్తి. సా మయి జీవతి మ్రియేత చేత్ తస్యా వియోగదుఃఖం సోఢుం న శక్నోమి. తస్మా దిదం ఫలం మమ ప్రాణప్రియాయా యనఙ్గసేనాయై దాస్యామీ’తి. అనన్తరం రాజా తా మాహూయ తస్యై తత్ఫలం దదౌ. తస్యా మన్దురికః కశ్చిత్ ప్రియతమః; సా పున ర్విచార్య తస్మై తత్ఫలం దదౌ. తస్య కాచి ద్దాసీ ప్రియతమా, స తస్యై ప్రాదాత్. తస్యాః కశ్చి ద్గోపాలః ప్రియః, సా తస్మై ప్రాదాత్. తస్య కస్యాశ్చి ద్గోమయధారిణ్యాం మహత్ ప్రేమాభూత్, సోఽపి తస్యై ప్రాయచ్ఛత్. తతః సా గోమయధారిణీ గ్రామా ద్బహి ర్గోమయం హృత్వా తద్భాజనం శిరసి నిధాయ తదుపరి తత్ఫలం నిక్షిప్య రాజవీథ్యా మాజగామ. తావ ద్రాజా భర్తృహరీ రాజకుమారైః సహ బహి ర్గచ్ఛన్ తస్యాః శిరస్స్థాపితగోమయాగ్రస్థితం ఫలం దృష్ట్వా గృహ మాగత్య బ్రాహ్మణ మాహూ యావదత్ — ‘భో బ్రాహ్మణ, త్వయా యత్ఫలం దత్తం తాదృశ మన్యత్ కి మస్తి?’ బ్రాహ్మణః. — ‘‘భో రాజన్, తత్ఫలం దేవతావరప్రసాదలబ్ధమ్; తాదృశం ఫలం భూలోకే నాస్తి. సత్య మేతత్. రాజా నామ సాక్షా దీశ్వరః. తస్య పురతో ఽనృతం న వాచ్యమ్. స దేవవ న్నిరీక్షణీయః. తథా చోక్తమ్ —

సర్వదేవమయో రాజా ఋషిభిః పరికీర్తితః
తస్మాత్ తం గేవవత్ పశ్యే న్న వ్యలీకం వదేత్ సుధీః.’’

రాజా. — ‘తాదృశం ఫల మిదానీ మేవ దృష్టం రాజవీథ్యామ్.’ బ్రాహ్మణః. — ‘మయా దత్తం ఫలం భక్షితం వా నవా?’ రాజా. — ‘నాహ మభక్షయమ్, కిం తు

---

డు శివుఁడును, శ్రేష్ఠమయిన పూదండను పచ్చనివస్త్రమును ధరించువాఁడైన విష్ణుదేవుఁడును, నీకు మేలు సేయుదురుగాక.

భణతిస్మ = చెప్పెను. ప్రేష్య = పంపి. అమరత్వమ్ = చావులేమి. మ్రియేత చేత్ = చచ్చె నేని. వియోగ = ఎడఁబాపు. సోఢుమ్ = సహించుటకు. న శక్నోమి = శక్తుఁడను గాను. ఆహూయ = పిలిచి. మన్దురికః = గుఱ్ఱపువాఁడు. గోపాలః = గొల్లవాఁడు. గోమయ ధారిణ్యామ్ = పేఁడ మోయుదానియందు. ప్రాయచ్ఛత్ = ఇచ్చెను. భాజనమ్ = పాత్రమును. నిధాయ = పెట్టుకొని, నిక్షిప్య = పెట్టి. ఆజగామ = వచ్చెను. స్థాపిత = ఉంపఁబడిన. అగ్ర = పైని. నిరీక్షణీయః = చూడఁదగినవాఁడు. పరికీర్తితః = చెప్పఁబడినాఁడు. పశ్యేత్ = చూడవలసినది. వ్యలీకమ్ = అసత్యమును. న వదేత్ = చెప్పరాదు.

మమ ప్రాణప్రియాయా యనఙ్గసేనాయై ప్రాదామ్.' బ్రాహ్మణః.—'తర్హి తాం పృచ్ఛ.' రాజా తా మాహూయ సశపథ మపృచ్ఛత్. అనఙ్గసేనా 'మయా తత్ఫలం మన్దురికాయై దత్త మి' తి బభాణ. స త్వాకారితో దాస్యై దత్త మిత్యకథయత్. దాసీ గోపాలా యేతి, గోపాలో గోమయధారిణ్యా యితి, అవాదీత్. తతో జాత సంప్రత్యయో రాజా విషాదం పరమం గత్వా ససంభ్రమం గోమయధారిణీ మాకార్య తత్ఫలం గృహీత్వా కతిచి చ్ఛ్లోకా నపాఠీత్:—

రూపే మనోహారిణి యౌవనే చ పృథ్వైవ పుంసా మభిమానబుద్ధిః
నతభ్రువాం చేతసి చిత్తజన్మా కర్తుం యదే వేచ్ఛతి తత్ కరోతి.

అహో! స్త్రీణాం చిత్తం చరిత్రం చ కే నాపి జ్ఞాతుం న శక్యతే? త దుక్తమ్:—

అశ్వప్లుతం వాసవగర్జనం చ స్త్రీణాం చ చిత్తం పురుషస్య భాగ్యమ్
అవర్షణం చా ప్యతివర్షణం చ దేవో న జానాతి కుతో మనుష్యః?

తథాచ, గృహ్ణన్తి విపినే వ్యాఘ్రం విహఙ్గం గగనే స్థితం
సరిన్మధ్యగతం మీనం న స్త్రీణాం చపలం మనః.

కించ, హీనభాగ్యస్య రాజ్యశ్రీః పుష్పశ్రీ ర్గగనస్య వా
భవే దేవ న తు స్త్రీణాం మనశ్శుద్ధి ర్మనా గపి.

అపి చ, సుఖ దుఃఖ జయ పరాజయ జీవిత మరణాని యే విజానన్తి
ముహ్యన్తి తే హి నూనం తత్త్వ విద శ్చాపి చేష్టితైః స్త్రీణామ్.

అన్యచ్చ, స్మరోపమ మపి ప్రాప్య వాఞ్ఛన్తి పురుషాన్తరమ్
నార్యః సర్వాః స్వభావేన నోచ్యన్తే హ్యమలాశయాః.

---

సుధీః=పండితుఁడు......పృచ్ఛ=అడుగుము. సశపథమ్=ఒట్టుతో. బభాణ=చెప్పెను. ఆకారితః=పిలిపింపఁబడినవాఁడై. జాత సంప్రత్యయః=పుట్టిన నమ్మకముకలవాఁడై. పరమం విషాదం గత్వా=గొప్ప దుఃఖమును పొంది. ససంభ్రమమ్=త్వరగా ......నత భ్రువామ్=వంగిన కనుబొమలుకలవారియొక్క (స్త్రీలయొక్క). చేతసి =మనస్సులో. చిత్తజన్మా=మన్మథుఁడు,.....ప్లుతమ్=దుముకుటను. వాసవ=మేఘుని యొక్క. అవర్షణమ్=అనావృష్టిని. న జానాతి=ఎఱుఁగఁడు......విపినే=అడవిలో. విహఙ్గమ్=పక్షిని. గగనే ఆకాశములో. సరిత్=నది......మనాక్ అపి=కొంచె మయినను......తత్త్వ విదః=యథార్థ మెఱిఁగినవారు. నూనమ్=నిశ్చయముగా. చేష్టితైః=చేష్టలచేత. ముహ్యన్తి=మోసపోవుచున్నారు.

స్మరోపమ మితి=(దం) మన్మథుఁడు ఉపమ(సాటి)గాఁగలవాని (మన్మథునివంటివాని) నైనను పొంది కోరుదురు మఱియొక పురుషుని స్త్రీలు అందఱు స్వభావము

తథాచ, వినా యన్త్రేణ మన్త్రేణ తన్త్రేణ వినయేన చ
వఞ్చయన్తి నరం నార్యః ప్రజ్ఞాధన మపి క్షణాత్.
కులజాతిపరిభ్రష్టం నికృష్టం దుష్టచేష్టితమ్
అస్పృశ్య మధమం ప్రాయో మన్యే స్త్రీణాం ప్రియం పరమ్.
గౌరవేషు ప్రతిష్ఠాసు గుణే ష్వారాధ్యకోటిషు
ధృతా అపి నిమజ్జన్తి దోషపఙ్కే స్వయం స్త్రియః.

ఏతా హసన్తి చ రుదన్తి చ కార్యహేతో ర్విశ్వాసయన్తి చ నరం న తు విశ్వసన్తి
తస్మాన్నరేణ కులశీలవతా స దైవ। నార్యః శ్మశానసుమనా ఇవ వర్జనీయాః.

అన్యచ్చ,న వైరాగ్యా త్పరం భాగ్యం న బోధా దపరః సఖా
న హరే రపర స్త్రాతా న సంసారాత్ పరో రిపుః.

ఇత్యేవం పఠిత్వా పరం విరక్తో భర్తృహరి ర్విక్రమార్కం రాజ్యేఽభిషిచ్య తత్ఫలం తస్మై దత్వా స్వయం వనం జగామ. తతః ప్రాప్తరాజ్యో విక్రమః సకలా మపి వసున్ధరాం న్యాయేన పర్యపాలయత్.

తత ఏకదా దిగమ్బరః కశ్చి ద్రాజసమీప మాగత్య,
లీలయా మణ్డలీకృత్య భుజఙ్గాన్ ధారయన్ హరః

---

చేత, చెప్పఁబడరు గదా శుద్ధమైన(ఆశయ=)మనస్సుగలవారు (అని).—భా. స్త్రీలు మన్మథునివంటి యందగానిని కూడియున్నను మఱియొక పురుషుని కోరుచుందురు. వారి హృదయము శుద్ధమని చెప్పఁగూడదు.

ప్రజ్ఞాధనమ్=ప్రజ్ఞయే ధనముగాఁగలవానిని, విశేషప్రజ్ఞావంతుని......కుల=వంశము. నికృష్టమ్=నీచుని......ఆరాధ్య కోటిషు=పూజ్యుల సమూహములందు. నిమజ్జన్తి=మునుఁగుచున్నారు. దోష పఙ్కే=దోషమను బురదలో.

ఏతా ఇతి=(దం.) ఈ స్త్రీలు నవ్వుదురు. ఏడ్తురు, కార్యముకై; నమ్మింతురు మనుష్యుని, (తాము మాత్రము) నమ్మరు; కనుక మనుష్యునిచేత వంశము ఆచారము కలవానిచేత ఎల్లప్పుడును స్త్రీలు వల్లకాటిజాజిపువ్వువలె వర్జింపవలసినవారు. భా. స్త్రీలు తాము పట్టినపనిని నెఱవేర్చుకొనుటకై నవ్వుదురు, ఏడ్తురు, పురుషుని నమ్మింతురు, (తాముమాత్రము అతనిని) నమ్మరు; కావున, మంచికులమునఁ బుట్టినవాఁడును సదాచారముగలవాఁడును అగు పురుషుఁడు స్త్రీలను వల్లకాటి జాజిపువ్వునుఁబోలె వర్జింపవలయును.

బోధాత్=జ్ఞానముకంటె. త్రాతా=రక్షకుఁడు. రిపుః=శత్రువు. వసున్ధరామ్=భూమిని.

దద్యా ద్దేవో వరాహ శ్చ తుభ్య మభ్యధికాం శ్రియమ్.

ఇ త్యాశిష ముక్త్వా రాజహస్తే ఫలం ద త్త్వాబ్రవీత్ — ‘భో రాజన్, అహం కృష్ణచతుర్దశ్యాం మహాశ్మశానే అఘోరమన్త్రేణ హవనం కరిష్యామి. తత్ త్వ యోత్తరసాధకేన భవితవ్యమ్.’ రాజా చ త థేతి ప్రతిజ్ఞాయ తేన సహ పితృవనం ప్రావిశత్. తత్ర దిగమ్బరో నృపం హన్తు మారభ్య తేన స్వయ మేవ హతః. తేన ప్రసఙ్గేన తస్య రాజ్ఞో బేతాళో వశంవదో బభూవ. అష్ట మహాసిద్ధయ శ్చ ప్రాప్తాః. తత స్త్రిభువనేఽస్య కీర్తి రనర్గళా గ ఙ్గేవ బభూవ.

త త్రాన్తరే రమ్భోర్వశ్యో ర్నృత్తనైపుణ్యాం వివాదః సమజాయత. తయో ర న్తర మవగన్తు మమరేషు కోఽపి న శశాక. ఏకదా సింహాసనాసీనం దేవం వాసవం నారదో బభాణ — ‘దేవ, ధరాతలే విక్రమో నామ రాజా జాగర్తి. స సకలకలాభిజ్ఞో విశేషతః సంగీతవిద్యావిచక్షణః, స ఏవైతయో ర్వివాదనిర్ణయం కర్తుం ప్రభవేత్.’ త చ్ఛ్రుత్వా మహేన్ద్రో విక్రమ మానేతుం మాతలిం ప్రేషయామాస. విక్రమోఽపి మాతలిసమానీతం రథ మారుహ్య సహైవ బేతాళేన సుధర్మాం ప్రవిశ్య వాసవేన సమ్మానితః సముచిత మాసన మధ్యాస్త. తదానీం రమ్భోర్వశ్యో ర్నృత్తం ప్రావర్తత. రాజా తూర్వశీం ప్రశశంస; నృత్తశాస్త్రరహస్యా న్యుపన్యస్య జయ మూర్వశ్యై ప్రాదాచ్చ. పాకశాసన స్తు పరం సంతుష్య మణిమయ మతిమనోహరం సింహాసన మేక మస్మై ప్రాదాత్. తస్మిన్ సింహాసనే ద్వాత్రింశత్ సాలభఞ్జికాః

---

లీలయేతి. — లీలయా = విలాసముచేత, భుజఙ్గాన్ = పాములను, మణ్డలీకృత్య = చుట్టచుట్టి, ధారయన్ = ధరించునట్టి, హరః = శివుఁడును, — లీలయా = విలాసముచే, భుజమ్ = ముందటికాలిని, మణ్డలీకృత్య = వంచి, గామ్ = భూదేవిని, ధారయన్ = లేవనెత్తునట్టి, దేవో వరాహ శ్చ = వారాహ దేవుఁడు ను, — అభ్యధికామ్ = మిక్కిలియధికమైన, శ్రియమ్ = సిరిని, తుభ్యమ్ = నీకు, దద్యాత్ = ఇచ్చునుగాక.

హవనమ్ = హోమమును. ఉత్తర సాధకః = మిగిలినకార్యమును సాధించువాఁడు. త్వయా...తవ్యమ్ = నీవు మిగత (నా) కార్యమును సాధించువాఁడవు కావలయును. పితృవనమ్ = శ్మశానము. నృపమ్ = రాజును. హన్తుమ్ = చంపుటకు. ప్రసఙ్గేన = ప్రసక్తిచేత (కారణముచేత). వశంవదః = స్వాధీనుఁడు. అనర్గళా = అడ్డములేనిదై. నైపుణ్యామ్ = నేర్పులో. అమరేషు = దేవతలలో. ఆసీనమ్ = కూర్చున్న. వాసవమ్ = ఇంద్రుని. జాగర్తి = మేలుకొనియున్నాఁడు (ఉన్నాఁడు).

సుధర్మామ్ = దేవసభను. అధ్యాస్త = కూర్చుండెను. తదానీమ్ = అప్పుడు. ఉపన్యస్య = చెప్పి. పాకశాసనః = ఇంద్రుఁడు. సాలభఞ్జికాః = బొమ్మలు. అపృచ్ఛ్య =

సన్తి. తాసాం శిరసి పదం నిధాయ తదధ్యాసితవ్యమ్. రాజా తు మహేన్ద్ర మాపృచ్ఛ్య తదాసనం గృహీత్వా నిజపుర మగమత్. తదనన్తర మేకదా శుభే ముహూర్తే విక్రమార్కో బ్రాహ్మణాశీర్వాదపూర్వకం తత్సింహాసన మారుహ్య రాజ్య మకరోత్. ఏవం మహాన్ కాలో గతః.

తత ఏకదా ప్రతిష్ఠాననగరే కస్యాశ్చిత్ కన్యకాయాం శాలివాహనో నామ సముజాయత. తత్రాన్తరే తూజ్జయినీం పరితో భూకమ్ప ధూమకేతు దిగ్దాహాదిని దుర్నిమిత్తాని దృష్టాని. తతో విక్రమార్కో దైవజ్ఞా నాహూయ భూకమ్పాదిఫలం పప్రచ్ఛ. దైవజ్ఞాః — "భో దేవ, య దయం భూకమ్పః సంధ్యాకాలే జాతః, అతో రాజ్ఞోఽనిష్టం సూచయతి. తథా చ నారదీయే,

> అనిష్టదః క్షితీశానాం భూకమ్పః సంధ్యయో ర్ద్వయోః
> రాజ్ఞాం వినాశపిశునో ధూమకేతు రుదాహృతః.

ఏత ద్దైవజ్ఞవచనం శ్రుత్వా రాజాబ్రవీత్: — "భో దైవజ్ఞాః, పురా పరమేశ్వరః సంతోషిత స్తపసా మాం ప్రాహ 'భో రాజన్, ప్రసన్నోఽస్మి, వినామరత్వం వరం యాచస్వే'తి. తతోఽహ మవోచమ్ 'భో దేవ, సార్ధద్విహాయనాయాం కన్యాయా ముత్పన్నాత్ పుత్రా న్మమ మృతి రస్త్వి'తి. తచ్ఛ్రుత్వా దేవ స్తథే త్యనుజగ్రాహ." ఇతి రాజ్ఞో వచనం శ్రుత్వా 'తర్హి తాదృశః పుత్రో భవిష్యతీ' తి దైవజ్ఞై రప్యుక్తమ్. రాజాపి, 'హా! దైవసృష్టి రచిన్త్యా ! తాదృశః కస్మిన్ దేశే కథ ముత్పన్నో భవిష్యతి!' ఇతి వ్యాకులితచిత్తో బేతాళ మాహూయైత త్సర్వం తస్మై నివేద్యాబ్రవీత్ — 'భో యక్ష, పృథివీం పరిభ్రమ, ఏవంవిధః పుత్రః కస్మిన్ దేశే కుత్ర నగరే సముత్పన్న ఇతి జ్ఞాత్వా ఝడితి సమాగచ్ఛ,' ఇతి. బేతాళోఽపి మహాన్ ప్రసాద ఇతి నిర్గత్య సాగరవేలావలయితాం సగిరికాననాం వసున్ధరాం పర్యటన్ ప్రతిష్ఠాననగరం ప్రవిశ్య తత్రాపి కుమ్భకారగృహే కఞ్చి న్మాణవకం కాఞ్చి త్కన్యకాం చ క్రీడన్తౌ దృష్ట్వాపృచ్ఛత్ — 'కౌ యువా మి'తి. కన్యా 'అయం మమ పుత్ర' ఇతి ప్రత్యా

---

సెలవుపుచ్చుకొని. పరితః = చుట్టును. ధూమకేతుః = తోకచుక్క. దిక్‌దాహ - దిక్కుల కాలుట. దుర్నిమిత్తాని = దుశ్శకునములు. దైవజ్ఞాన్ = జోస్యులను. పప్రచ్ఛ = అడిగెను......అనిష్టదః = కీడు నిచ్చునది. క్షితీశానామ్ = రాజులకు. పిశునః - సూచకము. ఉదాహృతః = చెప్పఁబడినది......సార్ధ ద్వి హాయనాయామ్ - రెండు నర యేండ్ల. భో యక్ష = ఓ యక్షుఁడా, సాగర వేలా వలయితామ్ = సముద్రముయొక్క గట్టుచేత వలయముగలదైన (అనఁగా చుట్టఁబడినదైన). కానన = అరణ్యము. కుమ్భకార = కుమ్మరవానియొక్క. మాణవకమ్ = పిల్లవానిని. ప్రత్యాహ = బదులు పలికెను.

హ. బేతాళః. — 'కస్తే పితా?' కన్యా కఞ్చన బ్రాహ్మణ మదర్శయత్. తతో బ్రాహ్మణ మపృచ్ఛ ద్బేతాళః. బ్రాహ్మణః — 'ఇయం మమ కన్యా, అస్యాః పుత్త్రోఽయమ్.' త చ్ఛ్రుత్వా విస్మయం గతో బేతాళః పున ర్బ్రాహ్మణ మవాదీత్. 'భో బ్రాహ్మణ, కథ మేతత్?' సోఽబ్రవీత్: — 'దేవానాం చరిత్ర మగోచరమ్. అస్యా రూపలావణ్యాతిశయమోహితః శేషో నాగేన్ద్రోఽనయా సంజగామ. తస్మా దస్యాం జాతః పుత్త్రోఽయం శాలివాహనః.' త చ్ఛ్రుత్వా బేతాళః సత్వర ముజ్జయినీ మాగత్య విక్రమాదిత్యాయ సర్వ మపి వృత్తాన్త మకథయత్. రా జాపి తస్య పారితోషికం దత్త్వా ఖడ్గ మాదాయ ప్రతిష్ఠాననగరం ప్రవిశ్య యావ త్ఖడ్గం శాలివాహనే చిక్షేప, తావత్ తేన ఖడ్గేన స్వయ మేవ క్షతః ప్రతిష్ఠాననగరా దుజ్జయిన్యాం నిపపాప. క్షతవేదనాదహ్యమానశరీరోఽనన్తర మేవ జీవితం విససర్జ.

తతో మన్త్రిషు, రా జాయ మపుత్త్రః కథం కర్తవ్య మితి విచారయత్సు, భట్టిః ప్రాహ 'విచార్యతా మాసాం కాపి గర్భిణీ రాజమహిషీణాం స్యా ది' తి. తతో విచార్యమాణే కాపి సప్తమాసగర్భిణీ సమభూత్. తదా సర్వే మన్త్రిణో మిళిత్వా గర్భ స్యాభిషేకం కృత్వా స్వయం రాజ్యం పర్యపాలయన్. త దిన్ద్రదత్తం సింహాసనం య ద్దైవ శూన్య మాసీత్, తదా మధ్యేసభం కా ప్యశరీరిణీ వా గాసీత్: — 'భో మన్త్రిణః, అస్మిన్ సింహాసనే సముపవేష్టుం విక్రమార్కసదృశో రాజా కోఽపి నాస్తి. తస్మా దిదం సుక్షేత్రే నిక్షిప్యతామ్!' త చ్ఛ్రుత్వా మన్త్రిణః కుత్రాపి పవిత్రే క్షేత్రే తత్సింహాసనం నిక్షిప్య తత్క్షేత్రం యావనాళచణకసమృద్ధం బ్రాహ్మణాయ కస్మైచి ద్దదుః. బ్రాహ్మణోఽపి యత్ర సింహాసనం నిక్షిప్తం తదుచ్చస్థాన మితి పక్షిణా ముత్థాపనార్థం తదుపరి మఞ్చం నిక్షి ప్యోపవిశ్య పక్షిణః సముత్థాపయ న్నవర్తత.

అథ కదాచి ద్భోజరాజః ససైన్యో మృగయా మటన్ రాజకుమారైః సమేతస్తత్క్షేత్రసమీపే యావ దాజగామ, తావ న్మఞ్చోపరిస్థితో బ్రాహ్మణః ప్రాహ: — 'భో రాజన్, ఏత త్క్షేత్రం ఫలిత మస్తి. ససైన్యేన సమాగత్య భవతా యథేచ్ఛం భుజ్య

---

విస్మయమ్ = ఆశ్చర్యమును. అగోచరమ్ = ఎఱుకపడనిది. లావణ్య = కాంతియొక్కయు. సంజగామ = కూడెను. పారితోషికమ్ = బహుమానము. చిక్షేప = విసరివేసెను. క్షతః = కొట్టఁబడినవాఁడై. క్షత వేదనా దహ్యమాన శరీరః = గాయముయొక్క నొప్పిచేత కాల్పఁబడుచున్న దేహముకలవాఁడై... మహిషీణామ్ = పట్టపుదేవులలో. మధ్యే సభమ్ = సభా మధ్యమందు. యావనాళ = జొన్నలు. చణక = సెనగలు. ఉచ్ఛ = ఎత్తైన... మృగయామ్ అటన్ = వేఁటను తిరుగుచు (వేఁట ఆడుచు). సమేతః = కూడఁబడిన

తామ్; అశ్వేభ్య శ్చణకాదయో దీయన్తామ్; అద్య మమ జీవితం సఫల మాసీత్, యతో భవా న్మ మాతిథి ర్జాతః. ఈదృశ స్త్వతిథిః క దాపి న సన్దృశ్యతే.' త చ్ఛ్రుత్వా రాజా ససైన్యః క్షేత్రమధ్యం ప్రవివేశ. తతో బ్రాహ్మణః పక్ష్యుత్థాపనాయ మఞ్చా దవరుహ్య క్షేత్రమధ్యే ప్రవిష్టం రాజానం దృష్ట్వా భీతో౽భణత్:— "రాజన్, కి మేవ మధర్మః క్రియతే? బ్రాహ్మణక్షేత్ర మిదం వినాశ్యతే? య దస్యైవ రధర్మః క్రియేత త ద్రాజ్ఞే నివేదనీయమ్; త్వ మే వాన్యాయ్యం కర్తుం ప్రవృత్తః, ఇదానీం కో వా నివారయిష్యతి? ఉక్తం చ,

గజే కడఙ్గరీయే తు జారే రాజని వా పునః
పాపకృత్సు చ విద్వత్సు నియన్తా జన్తు రత్ర కః?

అన్యచ్చ, భవాన్ శాస్త్రాభిజ్ఞః బ్రాహ్మణద్రవ్యం కథం వినాశయతి? బ్రహ్మస్వ మేవ హి విషమ్. తథా హి,

న విషం విష మి త్యాహు ర్బ్రహ్మస్వం విష ముచ్యతే
విష మేకాకినం హన్తి బ్రహ్మస్వం పుత్త్రపౌత్త్రకమ్."

ఇతి తేనోక్తం శ్రుత్వా యావ ద్రాజా క్షేత్రా ద్బహిః సపరివారో నిర్జగామ, తావత్ పక్షిణః సముత్థాప్య పున ర్మఞ్చారూఢో బ్రాహ్మణః ప్రాహ:—'భో రాజన్, కి మితి గచ్ఛసి? ఇదం క్షేత్రం సాధుపరిణతం దృశ్యతే. యావనాళకాన్ చణకాంశ్చ భక్షయన్తు తవ పరివారాః. పక్వోర్వారుకఫలాని చ సన్తి. యథేష్టం భుజ్యతామ్.' పున ర్బ్రాహ్మణవచన మాకర్ణ్య సపరివారో రాజా యావత్ క్షేత్రమధ్యం ప్రవివేశ, తావ న్మఞ్చా దవరుహ్య స పున స్తథై వాభణత్. తతో రాజా స్వమనసి విచారయతి స్మ. 'అహో! బ్రాహ్మణో యదా మఞ్చ మారోహతి, త దాస్య చేతసి దాతవ్య మితి బుద్ధి రుత్పద్యతే, య దావతరతి, తదా దీనబుద్ధి రుత్పద్యతే. అహం మఞ్చ మారుహ్య పశ్యేయమ్.' ఇతి యావ న్మఞ్చ మారురోహ, తావ ద్భోజరాజస్య చేతస్యేవ మభూత్.—నను విశ్వ స్యార్తిః పరిహర్తవ్యా. సర్వ స్యాపి లోకస్య దారి

---

వాఁడు. జాతః=అయినాఁడవు.

గజ ఇతి=(దం.) ఏనుఁగు పొల్లు మేయునది యైనను, మఱి రాజు జారుఁడైనను, విద్వాంసులు పాపము చేయువారయినను, దండించు ప్రాణి ఎవఁడు!

బ్రహ్మస్వమ్=బ్రాహ్మణుల సొత్తు. ఆహుః=చెప్పుదురు. ఉచ్యతే=చెప్పఁబడుచున్నది. హన్తి=చంపును...సాధు పరిణతమ్=చక్కఁగా పండినదిగా. ఉర్వారుకఫలాని=దోస కాయలు. దాతవ్యమ్=ఇయ్యవలసినది. దీన=దరిద్ర. ఉత్పద్యతే=పుట్టుచున్నది. ఆర్తిః=పీడ. పరిహర్తవ్యా=పోఁగొట్టవలసినది. దురక్ష=కఱవు.

ద్ర్యం నివారణీయమ్. దుష్టా దణ్డనీయాః. శిష్టాః పరిపాలనీయాః. ప్రజా ధర్మేణ రక్షణీయాః. కిం బహునా, అస్మిన్ సమయే యది కోఽపి మమ శరీర మపి ప్రార్థయిష్యతే త దపి దేయ మితి.—తతో రాజా పరమానన్దపరిపూర్ణః పున రపి విచారయతి స్మ:—ఏతత్క్షేత్రమాహాత్మ్యం స్వయ మేవంవిధాం బుద్ధి ముత్పాదయతి. ఉక్తంచ,

జలే తైలం ఖలే గుహ్యం పాత్రే దానం మనాగపి
ప్రజ్ఞే శాస్త్రం స్వయం యాతి విస్తారం వస్తుశక్తితః.

కథ మేతత్క్షేత్రమాహాత్మ్యం జ్ఞాయతామ్?—ఇతి విచార్య బ్రాహ్మణ మాహూయాభణత్:—‘భో బ్రాహ్మణ, త వైతత్క్షేత్రే కియాన్ లాభో భవతి?’ బ్రాహ్మణః.—“భో రాజన్, భవాన్ సకలాభిజ్ఞః, అవిదితం తవ కి మపి నాస్తి. యదర్హా మేతత్ త దాలోచయతు భవాన్. అన్యచ్చ, రాజా నామ సాక్షా ద్విష్ణో రవతారభూతః. తస్య కటాక్షా యదుపరి నిపతన్తి తస్య దైన్యదుర్భిక్షాదయో న భవన్తి. రాజా నామ సాక్షాత్ కల్పతరుః. స త్వం మమ దృష్టిగోచరీభూతః. అద్య మమ దారిద్ర్యం సుదూర మపసృతమ్. క్షేత్రం నామ కియత్?”

తతో రాజా బ్రాహ్మణ మనేకధనధాన్యాదినా సంభావ్య క్షేత్రం గృహీత్వా మఞ్చ స్యాధ శ్చఖాన. తత్ర పురుషమాత్రే గర్తే శిలైకా సుమనోహ రాదృశ్యత. తచ్ఛిలాధఃప్రదేశే కాపి చన్ద్రకాన్తశిలా దృష్టా. తతో నానావిధరత్నఖచితం ద్వాత్రింశత్సాలభఞ్జికామిళిత మతిరమణీయం సింహాసన మదృశ్యత. తతో భోజః పరమానన్దామృతలహరీపరిపూర్ణహృదయః సింహాసనం నగరం నేతుం యావ దుచ్చాలయామాస, తావ దతిగరిష్ఠ మాసనం నోచ్చచాల. తతో రాజా మన్త్రిణ మవదత్-‘కుత స్సింహాసనం నోచ్చలతి?’ మన్త్రీ.—‘భో రాజన్, దివ్య మేత దాసనం, బలిపూజాదికం వినా నోచ్చలతి, తవ సాధ్యం చ నభవతి.’ తస్య వచనం శ్రుత్వా రాజా బ్రాహ్మణా నాకార్య తత్ సర్వ మపి విధానం కారితవాన్. తత స్తత్సింహాసనం లఘుభూత్వా స్వయ మే వోచ్చచాల. త దవలోక్య రాజా మన్త్రిణ మువాచ:—“యోఽనర్థం నివారయతి ఆగామ్యర్థం చ సాధయతి స ఏవ మన్త్రీ. ఉక్తం చ,

స్థితస్య కార్యస్య సముద్భవార్థ మనర్థకార్యప్రతిఘాతనార్థమ్
ఆగామినోఽర్థస్య చ సంగ్రహార్థం యో మన్త్రకృత్ స్యాత్ పరమః స మన్త్రీ.”

---

అపసృతమ్=పోయినది. కియత్=ఏపాటి...సంభావ్య=గౌరవించి. చఖాన=త్రవ్వెను. పురుషమాత్రే=నిలువుప్రమాణముగల. గర్తే=గోతిలో. లహరీ=ప్రవాహ. ఉచ్చాలయామాస=లేపెను. అతి గరిష్ఠమ్=మిక్కిలి బరువైన. ఆకార్య=పిలిపించి. ......ఆగామినః=రాబోవునట్టి. ప్రతిఘాతనార్థమ్=కొట్టివేయుటకు. మన్త్రకృత్

తతో మన్త్రీ ప్రత్యబ్రవీత్. "మన్త్రిణా స్వామిహిత మేవ కర్తవ్యమ్. తథా చోక్తమ్,

మన్త్రః కార్యానుగో యేషాం కార్యం స్వామిహితానుగమ్
త ఏవ మన్త్రిణో రాజ్ఞాం న తు యే గల్లపుద్గలాః.

అన్యచ్చ,—మన్త్రిణా వినా రాజ్యమ్, ధాన్యం వినా దుర్గమ్, కారుణ్యం వినా సౌభాగ్యమ్, జ్ఞానం వినా వైరాగ్యమ్, దుర్జనానాం శక్తిః, పాషణ్డానాం మతిః, వైశ్యానాం విశ్వాసః, దైత్యానాం ప్రీతిః, తస్కరాణాం యుక్తిః, ఖలానాం మైత్రీ, పరాధీనస్య స్వాతన్త్ర్యమ్, నిర్ధన స్యాటోపః, సేవకస్య కోపః, స్వామినః స్నేహః, కృపణస్య గృహమ్, జారిణ్యాః పతిభక్తిః, మూర్ఖాణాం సంగతిః, ఇత్యేతత్ సర్వం నిష్ఫలమ్. అన్యచ్చ,—రాజ్ఞా మహతా మర్చనం కార్యమ్, ఆప్తానాం బుద్ధిః శ్రోతవ్యా, దేవబ్రాహ్మణాః పరిపాలనీయాః, న్యాయ్యమార్గే వర్తితవ్యమ్. అపి చ, భో రాజన్, యే రాజగుణాః తే సర్వే త్వయి విద్యన్తే, అత స్త్వం సకలరాజరాజోత్తమః. మన్త్రిణాప్యేవంగుణగరిష్ఠేన భవితవ్యమ్:— స్వామికార్యార్థ ముద్యమః, పాపా ద్భయమ్ ప్రజానాం, హితమ్, పరివారాణాం సంయోజనమ్, రాజ్ఞ శ్చిత్తవృత్త్యనుసరణమ్, సమయోచితపరిజ్ఞానమ్, అపాయకృత్యా ద్రాజనివారణమ్. ఏవంవిధగుణయుక్తః కులక్రమాగతః ఔశనసచాణక్యధౌమ్యశౌకవాచస్పత్యాదినీతిశాస్త్రాభిజ్ఞో మన్త్రిపదయోగ్యో భవతి. పురా కిల నన్దభూపాలో మన్త్రిణా బహుశ్రుతేన బ్రహ్మహత్యాయా నివారితః." రాజా.—కథ మేతత్? సోఽబ్రవీత్.—భో రాజన్, శ్రూయతామ్:—

విశాలాయాం నన్దో నామ రాజా మహాశౌర్యసంపన్నోఽభూత్. స నిజబలేన ప్రత్యర్థినృపాలాన్ స్వపాదపద్మోపజీవినో విధా యైకచ్ఛత్త్రేణ రాజ్య మకరోత్.

---

=ఆలోచనచేయువాఁడు. పరమః=ఉత్తముఁడు......కార్య అనుగః=కార్యమును అనుసరించునది. గల్లపుద్గలాః=చెక్కిళ్ళ చేత సుందరమైనవారు (కంటికిమాత్రము ఇంపయినవారు.)......పాషణ్డానామ్=వేదవిరుద్ధమతస్థులకు. దైత్యానామ్=రాక్షసులకు. ఖలానామ్=కొండెగాండ్రకు. ఆటోపః=ఆడంబరము. కృపణస్య=దరిద్రునికి. జారిణ్యాః=అంకుటాలికి. సంగతిః=సాంగత్యము...సంయోజనమ్=కూర్చుట. ఉశనుఁడు, చాణక్యుఁడు, ధౌమ్యుఁడు, శుకుఁడు, వాచస్పతి—వీరు నీతిశాస్త్రకర్తలు. పద=అధికారమునకు. బహుశ్రుతేన—బహుశ్రుతుఁడని నందరాజుయొక్క మంత్రి పేరు, ఆమాటకు గొప్ప వినికిగలవాఁడని యర్థము. విశాలాయామ్=ఉజ్జయినియందు. ప్రత్యర్థి నృపాలాన్=శత్రు రాజులను. ఉపజీవినః=ఆశ్రయించి బ్రదుకువారినిగా.

తస్య చ బహుశ్రుతో నామ మన్త్రీ, భానుమతీ నామ మహిషీ, జయపాలో నామ తనయః. తస్య చ రాజ్ఞ స్తస్యా మతిప్రీతి రాసీత్. సింహాసనేఽపి సహైవ తయా సముపవిశేత్. నిమేష మపి తయా వినా న తిష్ఠేత్. ఏకదా మన్త్రీ స్వమన స్యచిన్తయత్:—అయం రాజా నిర్లజ్జో మధ్యేసభం సింహాసనే స్త్రియ ముపవేశయతి, తదా సర్వేఽపి జనా స్తాం పశ్యన్తి. అనుచిత మయం న జానాతి. తథా హి,

కిము కువలయనేత్రాః సన్తి నో దేవలోకే
త్రిదివపతి రహల్యాం తాపసీం యత్ సిషేవే
హృదయతృణకుటీరే దహ్యమానే స్మరాగ్నా
వుచిత మనుచితం వా వేత్తి నో పణ్డితోఽపి.

అపి చ, యః స్త్రీణాం కటాక్షై ర్యావన్న భిద్యతే, స తావ దేవ ప్రతిష్ఠాం ధైర్యం చ నహతి. తథా చోక్తమ్;

తావ ద్ధత్తే ప్రతిష్ఠాం శమయతి చ మనశ్చాపలం తావ దార్య
స్తావత్ సిద్ధాన్తమాత్రం స్ఫురతి హృది పరం సర్వలోకైకదీపః
కాళిన్దీ పూర దీవ్య త్కువలయ కలి కోద్దామ ధా మాభిరామై
ర్యావ న్నో హన్యమానం కలయతి హృదయం కామినీనాం కటాక్షైః.

---

కిమ్వితి=(దం.) ఏమి? కలువలవంటికన్నులుగల స్త్రీలు లేరా స్వర్గములో? స్వర్గపతి (ఇంద్రుఁడు) అహల్యను తాపసిని ఎందుచేత కూడెనో? హృదయమనుగడ్డి గుడిసె కాలుచుండఁగా మన్మథాగ్నిలో, ఉచితమునుగాని అనుచితమునుగాని ఎఱుఁగఁడు పండితుఁడు సైతము.

తావ దితి=(దం.) అంతకాలము ధరించును గౌరవమును, అడఁచును మనస్సుయొక్క చపలత్వమును, అంతకాలము పెద్దమానిసి, అంతకాలము కేవలసిద్ధాంతము స్ఫురించును హృదయములో ఉత్కృష్టమయినదియు సర్వలోకములకు ఒకటే దీపమయినదియు; యమునా ప్రవాహమందు విరియుచున్న కలువ మొగ్గలయొక్క ఉత్కృష్టమయిన కాంతిచే మనోహరములైన (చూపులకు విశేషణము) ఎంతకాలము లేదు కొట్టఁబడుచున్నదానిని పొందునో మనస్సును కామముగల స్త్రీలయొక్క కడగంటి చూపులచేత.—భా. యమునాప్రవాహమందు వికసిల్లుచున్న కల్వమొగ్గల యుత్కృష్టకాంతిచేత రమణీయములైన కాముకురాండ్రకడగంటిచూపులకు ఎంతకాలము పురుషునిహృదయము లోఁబడకుండునో అంతకాలమే ఆతనికి గౌరవము దక్కును, మనస్సు స్వాధీనముగా నుండును, సాధుత్వ ముండును, సర్వలోకములకు తెలివిగలిగించువానిలో ప్రధానభూతమయిన శాస్త్రసిద్ధాంతము తెలియును.

అహో! మదనస్య మాహాత్మ్యం! యత్ కలాకోవిదోఽపి విముహ్యతి! ఉక్తం చ,

వికలయతి కలాకుశలం హసతి శుచిం పణ్డితం విదూషయతి
అర్దయతి ధీరపురుషం క్షణేన మకరధ్వజో భృశం దేవః.

తథా చ, శ్రుతం సత్యం తపః శీలం విజ్ఞానం విత్తమున్నతిమ్
ఇన్ధనీకురుతే మూఢః ప్రవిశ్య వనితానలమ్.
వృత్తం విత్తం తపః స్వాన్తమ్ స్వకుల స్యాపి లాఞ్ఛనమ్
మరణం వా సమీపస్థం కామీ లోకే న పశ్యతి. —

ఇతి సంచిన్త్యైక దాఽవసరం ప్రాప్య రాజాన మబ్రవీత్ — దేవ, విజ్ఞాపన మస్తి. రాజా. — కింతత్? మన్త్రీ — 'య దేషా దేవీ భానుమతీ స హోపవిశతి తన్మహా దనుచితమ్. అనూర్యమ్పశ్యా రాజదారా ఇతి హి సంప్రదాయః. అత్ర నానా జనాః సమాగత్య తాం పశ్యన్తి.' రాజా. — 'భానుమత్యనాలోకనం క్షణమాత్ర మపి న సహే. తదుపాయం నిరూపయ.' మన్త్రీ. — 'ఆలేఖ్యగతాం తాం పశ్యతు దేవః.' తద్వచనం సముచితం మత్వా రాజా చిత్రకార మాహూయ భానుమతీరూపం చిత్రే నివేశ యే త్యాదిదేశ. స తు తస్యా రూపం సాక్షా దాలోక్య పద్మినీలక్షణయు

---

కోవిదః = పండితుఁడు, ముహ్యతి = మోహముపొందుచున్నాఁడు.

వికలయ తీతి=(దం.) వికలునిగాఁజేయును శాస్త్రములలో నేర్పరియైనవానిని, పరిహసించును పవిత్రుని, పండితుని మిక్కిలి దుష్టునిఁగాఁజేయును, పీడించును ధీరుఁడైన పురుషుని, క్షణములో మన్మథుఁడు మిక్కిలి దేవుఁడు.—భా. క్షణములో కామదేవుఁడు కలాకుశలుని మిక్కిలి వెకలినిగాఁజేయును. సదాచారము గలవానిని మిక్కిలి పరిహాసపాత్రముగాఁ జేయును. పండితుని మిక్కిలి దుష్టునిఁగాఁజేయును, ధీరుని మిక్కిల పీడించును.

శ్రుతమితి=(దం.) వేదమును సత్యమును తపస్సును ఆచారమును శాస్త్రజ్ఞానమును ధనమును గొప్పతనమును వంటచెఱకునుగాఁ జేయుచున్నాఁడు మూర్ఖుఁడు ప్రవేశించి స్త్రీయనెడు నిప్పును.—భా. స్త్రీ నిప్పువంటిది, పురుషునియోగ్యత వంటచెఱకు వంటిది. నిప్పుచే వంటచెఱకువలె స్త్రీచేత పురుషునియోగ్యత నాశమొందును.

వృత్తమ్=నడవడిని. స్వాన్తమ్=మనస్సును. లాఞ్ఛనమ్=కళంకమును... అనూర్యమ్పశ్యాః = సూర్యుని చూడనిది (ఘోషాలో ఉండునది.) రాజదారాః =రాజభార్య. అనాలోకనమ్=చూడకుండుటను. నసహే=సహింపను. నిరూపయ= చూడుము. ఆలేఖ్యగతామ్=చిత్తరువులోనున్నట్టి. చిత్రకారమ్=చిత్తరువు వ్రాయువానిని. నివేశయ=ఉంపుము. ఆదిదేశ=ఆజ్ఞాపించెను. పద్మినీ లక్షణ యుక్తామ్=ప

క్తాం తాం విలిలేఖ. రాజాఽపి తాం విలిఖితాం ప్రియాం దృష్ట్వా ప్రహృష్ట స్తస్య పారితోషికం దదౌ.

అనన్తరం రాజగురుః శారదానన్ద శ్చిత్రపటే నివేశితాం భానుమతీం దృష్ట్వా చిత్రకార మభాణీత్ —'భానుమత్యాః సర్వ మపి లావణ్య మత్ర లిఖితమ్. పరం త్వేకం విస్మృతం త్వయా.' చిత్రకారః—'భోః స్వామిన్, తత్ కిం కథయ.' శారదానన్దః.—'తస్యా వామజఘనతలే తిలసదృశం లక్ష్మాస్తి, తన్న లిఖితమ్.' రాజా తు గురో ర్వచనం శ్రుత్వా తత్ప్రతీత్యర్థం సురతసమయే తస్యా వామజఘనం యావ దపశ్యత్, తావత్ తిలసదృశోఽఙ్కో దృష్టః. రాజా స్వమన స్యచిన్తయత్:— కథ మస్యా గుహ్యదేశే స్థితం లక్ష్మ దృష్టవాన్ శారదానన్దః? నూన మనయా స హాస్య సంయోగో విద్యతే. అన్యథా కథ మనేన జ్ఞాయేత? అపి చ, స్త్రీషు విషయే హ్యయం సందేహో నకార్యః. యతః,

జల్పన్తి సార్ధ మన్యేన, పశ్య న్త్యన్యం సవిభ్రమాః,
హృదయే చిన్తయ న్త్యన్యం, న స్త్రీణా మేకతో రతిః.
నాగ్ని స్తృప్యతి కాష్ఠానాం, నాపగానాం మహోదధిః,
నాన్తకః సర్వభూతానాం, న పుంసాం వామలోచనా.
రహో నాస్తి, క్షణో నాస్తి, నాస్తి ప్రార్థయితా జనః,
ఇదం నారద నారీణాం పాతివ్రత్యాయ కల్పతే.

---

ద్మినీ (జాతి స్త్రీయొక్క) లక్షణములతో కూడుకొన్న దానినిగా. విలిలేఖ=వ్రాసెను. ప్రహృష్టః=సంతోషించినవాఁడై. పారితోషికమ్=బహుమానమును.

లావణ్యమ్=సౌందర్యము. విస్మృతమ్=మఱవఁబడినది. వామ జఘన తలే=ఎడమ కటి ప్రదేశమందు. తిల సదృశమ్=నువ్వుగింజకు సమానమైన. లక్ష్మ=మచ్చ. ప్రతీతి అర్థమ్=నమ్మకము కొఱకు, సురత సమయే=సంగమ కాలమందు. అఙ్కః=మచ్చ. గుహ్య దేశే=రహస్య ప్రదేశమందు.

జల్పన్తి=(దం.) పలుకుదురు కూడ ఒకనితో, చూతురు మఱియొకనిని విలాసముతో, మనస్సులో ధ్యానించుచుందురు ఇంకొకనిని, లేదు స్త్రీలకు ఒకనివలన తుష్టి.

అగ్నిః=నిప్పు. కాష్ఠానామ్=కట్టెలకు. న తృప్యతి=తనియదు (ఎన్ని కట్టెలు వేసినను నిప్పు కాల్చుచునే యుండును). అపగానామ్=నదులకు. మహత్ ఉదధిః=గొప్ప సముద్రము. అన్తకః=యముఁడు. సర్వభూతానామ్=సకల ప్రాణులకు. పుంసామ్=పురుషులకు. వామలోచనా=సుందరమైన నేత్రములుగల స్త్రీ...రహః=ఏకాంతము. క్షణః=సమయము. ప్రార్థయితా=వేఁడుకొనునట్టి. నారీణామ్=స్త్రీల

యో మోహా న్మన్యతే మూఢో ర క్తేయం మయి కామినీ
స తస్యా వశగో భూత్వా నృత్యేత్ క్రీడాశకున్తవత్.
తాసాం వాక్యాని తథ్యాని స్వల్పాని సుగురూ ణ్యపి
కరోతి యః కృతీ లోకే లఘుత్వం తస్య నిశ్చితమ్.
అలక్తకో యథా రక్తో నిష్పీడ్య పురుష స్తథా
అబలాభి ర్బలా ద్రక్తః పాదమూలే నిపాత్యతే.—

ఇ త్యేవం విచార్య మన్త్రిణ మాహూయ పూర్వవృత్తాన్త మకథయత్. మన్త్రిణాపి తస్మిన్ సమయే తచ్చిత్తానుకూలం భణితమ్—'దేవ, కస్య చేతసి కీదృశ మితి కేన వా జ్ఞాయేత? సర్వథా సత్యో భవే దయం వృత్తాన్తః.' రాజా.—'భో మన్త్రిన్ మమ యది ప్రియోఽసి త ర్హ్యముం శారదానన్దం మారయ.' సచివోఽపి త థేతి ప్రతిజ్ఞాయ లోకానాం పురః శారదానన్దం దృఢం బబన్ధ. తస్మిన్ సమయే శారదానన్దో బభాణ—'అహో, రాజా కస్యాపి ప్రియో న భవ తీతి లోకోక్తి రవితథైవ.
తథా హి, కోఽర్థాన్ ప్రాప్య న గర్వితో? విషయిణః కస్యాపదోఽస్తఙ్గతాః?

స్త్రీభిః కస్య న ఖణ్డితం భువి మనః? కో నామ రాజ్ఞాం ప్రియః?
కః కాలస్య న గోచరత్వ మగమత్? కోఽర్థీ గతో గౌరవమ్?
కో వా దుర్జనవాగురాసు పతితః క్షేమేణ యాతః పుమాన్?

తథా చ, కాకే శౌచం, కాముకే సత్యవాక్యం,
క్లీబే శౌర్యం, మద్యపే తత్త్వచిన్తా,
సర్పే క్షాన్తిః, స్త్రీషు కామోపశాన్తి,
రాజ్ఞాం మిత్రం, కేన దృష్టం శ్రుతం వా?

అన్యచ్చ, రాజా యస్మై క్రుధ్యతి స శుచి రప్యశుచిః. తథాచోక్తమ్,
శుచి రశుచిః పటు రపటుః శూరో భీరు శ్చిరాయు రల్పాయుః

---

యొక్క. పాతివ్రత్యాయ కల్పతే=పాతివ్రత్యమునకు కారణము,..క్రీడా శకున్తవత్=ఆట పక్షివలె...కృతీ=కృతార్థుఁడు......అలక్తకః=లత్తుక. రక్తః=ఎఱ్ఱనిది-ప్రేమించినవాఁడు. నిష్పీడ్య=పిడిచి. నిపాత్యతే=పాఱవేయఁబడును......మారయ=చంపుము. సచివః=మంత్రి. లోకానామ్=జనులయొక్క. పురః=ఎదుట. అవితథా=అసత్యముకానిది(సత్యమయినది.)......అర్థాన్=ధనములను. విషయిణః=విషయాసక్తుఁడైన. అస్తంగతాః=తొలఁగినవి. భువి=భూమియందు. కాలస్య=యమునికి. గోచరత్వమ్=అగపడుటను. అగమత్=పొందెను. అర్థీ=యాచకుఁడు. వాగురాసు=వలలయందు. క్షేమేణ=కుశలముగా. పుమాన్=మనుష్యుఁడు...క్లీబే=నపుంసకునియందు. మద్యపే=త్రాగుఁబోతునందు. తత్త్వ చిన్తా=అధ్యాత్మ విచారము.

కులజః కులేన హీనో భవతి నరో నరపతేః క్రోధాత్.'

ఇ త్యేవం పఠన్ శారదానన్దో వధ్యస్థానం మన్త్రిణా నీయమానః శ్లోక మేక మపఠత్,

వనే రణే శత్రుజలాగ్ని మధ్యే మహార్ణవే పర్వతమస్తకే వా,
సుప్తం ప్రమత్తం విషమస్థితం వా రక్షన్తి పుణ్యాని పురాకృతాని.

త చ్ఛ్రుత్వా మన్త్రీ స్వమన స్యచిన్తయత్:—'అహో! ఏతత్ సత్యం వా మిథ్యా వా, కిమర్థం బ్రాహ్మణవధః క్రియతే? మహ దనుచిత మిదమ్.' ఇతి మత్వా శారదానన్దం గూఢం స్వభవనం నీత్వా భూగృహే నిక్షిప్య రాజసన్నిధి మాగత్య 'దేవ, అనుష్ఠితో భవదాదేశః.' ఇత్య వాదీత్. రా జాపి సాధు కృత మితి ప్రశశంస.

అనన్తర మేకదా రాజకుమార ఆఖేటకార్థం వనం ప్రతి నిర్జగామ. త దాకాల వృష్ట్యాదీని దుర్నిమిత్తాని బభూవుః. తథా హి:

అకాలవృష్టి స్తథ భూమికమ్పో నిర్ఘాత ఉల్కాపతనం త థైవ
ఇత్యాద్యనిష్టాని తతో బభూవు ర్నివారణార్థం సుహృదో వచ శ్చ.

త స్మిన్ సమయే మన్త్రిపుత్రో బుద్ధిసాగరో దుర్నిమిత్తాని నిరూప్య శతధా నివారయామాస. జయపాలః.—'అహ మవశ్యం నిర్గచ్ఛేయమ్. పశ్యతు భవాన్ దుర్నిమిత్తఫలమ్.' బుద్ధిసాగరః.—'నేదం పరీక్షా మర్హతి. ఉక్తం చ:

న విషం భక్షయేత్ ప్రాజ్ఞో, న క్రీడేత్ పన్నగైః సహ,
న నిన్దే ద్యోగిబృన్దం చ, బ్రహ్మద్వేషం న కారయేత్.'

ఇతి తేన నివారితోఽపి తద్వచన మనాదృత్య నిర్గతో రాజపుత్రః. నిర్గచ్ఛతేఽపి తస్మై "భో జయపాల, తవ వినాశకాలః సమాగతః. అన్యథా త వైవం విపరీతా బుద్ధి ర్నోత్పద్యేత. తథా చ:

న నిర్మితో వై, న చ దృష్టపూర్వో, న శ్రూయతే హేమమయః కురఙ్గః,
త థాపి తృష్ణా రఘునన్దనస్య; వినాశకాలే విపరీతబుద్ధిః.

---

క్షాన్తిః ఓర్పు...పటుః=సమర్థుఁడు...మహాత్ అర్ణవే=గొప్ప సముద్రములో. మస్తకే=శిరస్సున. సుప్తమ్=నిద్రితుని. ప్రమత్తమ్=పరాకుగానున్నవానిని. విషమ=ఇక్కట్టులో...గూఢమ్=రహస్యముగా. అనుష్ఠితః=నెఱవేర్పఁబడినది. ఆదేశః=ఆజ్ఞ. సాధు కృతమ్=మంచిపనియే చేయఁబడినది. ప్రశశంస=పొగడెను...ఆఖేటక అర్థమ్=వేఁట కొఱకు...నిర్ఘాతః=పిడుగు. ఉల్కా పతనమ్=కొఱవులు రాలుట......శతధా=నూఱువిధముల......ప్రాజ్ఞః=బుద్ధిమంతుఁడు. పన్నగైః=పాములతో. బృన్దమ్=సమూహమును...అనాదృత్య=లక్ష్యపెట్టక. ఉత్పద్యేత=పుట్టదు......దృష్టపూర్వః=పూర్వము చూడఁబడినది. శ్రూయతే=వినఁబడుచున్నది. హేమమయః=

ఉపార్జితానాం కర్మణా ముపభోగం వినా కథం వినాశః స్యాత్ ? ఉక్తంచ:

సద్భావో నాస్తి వేశ్యానాం, స్థిరతా నాస్తి సంపదాం,
వివేకో నాస్తి మూర్ఖాణాం, వినాశో నాస్తి కర్మణామ్.”

ఏవమాది బహుధా నివేద్య బుద్ధిసాగరో విరరామ.

జయపాల స్తు పురా న్నిర్గత్య ఖడ్గవ్యాఘ్రశరభమృగకులసంకులం మహా దరణ్యం ప్రవిశ్య యావత్ పశ్చా ద్దదర్శ, తావత్ సర్వోఽపి సైన్యవర్గః స్వనగరమార్గే లగ్నః. స్వయ మేకాకీ సంవృత్తః తురగమాత్రసహాయః పురః సరోవర మద్రాక్షీత్. తత్రాశ్వా దవతీర్య వృక్షశాఖాయా మశ్వం నిబధ్య జల మవగాహ్య శాన్తపిపాస స్తరుచ్ఛాయాయాం విశశ్రామ. తావ దతిభయఙ్కరః కశ్చి ద్వ్యాఘ్రః సమాపతత్. తం దృష్ట్వాశ్వ శ్ఛిన్నబన్ధో యథాగత మధావత్. రాజకుమారోఽపి భయా ద్వేపమానాఙ్గః శాఖా మాలమ్బ్య ద్రుమ మారురోహ. తత్ర పూర్వారూఢం భల్లూకం దృష్ట్వా ద్విగుణం బిభ్యతం రాజకుమారం భల్లూకః ససాన్త్వ మబ్రవీత్:—‘భో రాజకుమార, మా భైషీః. అద్య మాం శరణం గత స్త్వమ్, అత స్తవాహం కి మనిష్టం కరిష్యామి? మయి విశ్వస్య వ్యాఘ్రా దపి న భేతవ్యమ్.’ తతో రాజకుమారః సభయ మిద మభాణీత్: ‘భో ఋక్షరాజ, అహం త్వాం శరణం గతః, విశేషతో భీత శ్చ, మహత్ పుణ్యం శరణాగతరక్షణేన. ఉక్తంచ:

ఏకతః క్రతవః సర్వే సమగ్రవరదక్షిణాః
ఏకతో భయభీతస్య ప్రాణినః ప్రాణరక్షణమ్.’

---

బంగారముతో చేయఁబడినది. తృష్ణా=ఆశ ... ఉపార్జితానామ్=సంపాదింపఁబడిన. ఉపభోగమ్=అనుభవము...సద్భావః=నమ్మకము...విరరామ = ఊరకుండెను...ఖడ్గ =కడిఁతి. శరభ=సింహమును చంపునట్టి యెనిమిదికాళ్లజంతువు. వ్యాఘ్ర=పులి. కుల=సమూహముచేత. సంకులమ్=నిండినదైన. యావత్ పశ్చాత్ దదర్శ=ఎప్పుడు వెనుక చూచెనో. వర్గః=సమూహము. లగ్నః=అంటుకొన్నది(పోయినది). అద్రాక్షీత్=చూచెను. అవతీర్య=దిగి. అవగాహ్య=ప్రవేశించి. శాన్త పిపాసః=తీఱిన దప్పికలవాఁడై. తరు=చెట్టుయొక్క. విశశ్రామ=విశ్రమించెను. సమాపతత్= వచ్చెను. యథా ఆగతమ్=వచ్చినదారినే. అధావత్=పాఱిపోయెను. వేపమాన అఙ్గః=వణఁకుచున్న దేహముకలవాఁడై. ద్రుమమ్=చెట్టును. ఆరురోహ=ఎక్కెను. భల్లూకమ్=ఎలుఁగుబంటిని. ససాన్త్వమ్=ఓదార్పుతో. మా భైషీః=భయపడకు. శరణం గతః=శరణు చొచ్చితివి. న భేతవ్యమ్=భయపడ వలదు. ఋక్షరాజ=ఎలుఁగుదొరా...క్రతవః=యజ్ఞములు...అస్తమ్ అగాత్=పడమటి కొండను పొందెను

తతో భల్లూకేన విశ్వాసితో రాజపుత్త్రః. అత్రాన్తరే వ్యాఘ్రోఽపి వృక్ష మూల మాజగామ. తతః సూర్యోఽస్త మగాత్. తావన్మృగయాపరిశ్రాన్తో రాజకుమారో నిద్రాపరవశో భల్లూకే నాఙ్క మారోపితః సుఖం సుష్వాప. త దాలోక్య వ్యాఘ్రః సమవాదీత్:—"భల్లూక, అయం మనుష్యో నగరనివాసీ. అస్మా నేవ హన్తు మాగతః. అతః శత్రుభూత మేన మఙ్కే కథం నివేశయసి? త్వ యోపకృతోఽ ప్యపకార మేవ కరిష్యతి. ఉక్తం చ:

మానుషేషు కృతం నాస్తి తిర్యగ్యోనిషు యత్ కృతమ్
వ్యాఘ్రనానరసర్పాణాం భాషితం న త్వయా శ్రుతమ్?

తస్మా దము మధః పాతయ. అహ మేనం భక్షయిత్వా సుఖేన గమిష్యామి. త్వ మపి నిజాశ్రయం గచ్ఛ." త చ్ఛ్రుత్వా భల్లూకః ప్రాహ:—'అయం కీదృశో వా భవతు. పరం మాం శరణం గతః, అముం న పాతయేయమ్. శరణాగతమారణేన మహత్ పాతకం భవేత్. తథా చ:

విశ్వాసఘాతుకా శ్చైవ శరణాగతఘాతుకాః
వసన్తి నరకే ఘోరే యావచ్చన్ద్రదివాకరమ్.'

తత్రాన్తరే సుప్తోత్థితం రాజకుమారం భల్లూకః ప్రాహ:—'భో రాజకుమార, అహం నిద్రాం గమిష్యామి. త్వ మత్రాప్రమత్త స్తిష్ఠ.' రాజకుమారః.—'తథా భవతు.' తతో భల్లూకో రాజపుత్త్రసమీపే నిద్రా మగమత్. తదా వ్యాఘ్రో 'రాజకుమార, త్వ మస్మిన్ విశ్వాసం మా కురు. యతోఽయం భల్లూక శ్చఞ్చలచిత్తో దృశ్యతే. తస్మా దస్య ప్రసాదోఽపి భయఙ్కరః. తథా చ:

క్షణే తుష్టాః క్షణే రుష్టా వితుష్టా శ్చ క్షణే క్షణే
అవ్యవస్థితచిత్తానాం ప్రసాదోఽపి భయఙ్కరః.

కిం చ త్వాం మత్తో రక్షిత్వా స్వయం హన్తు మిచ్ఛతి. అత స్త్వ మేవ భల్లూక మధః పాతయ. అహ మేనం భక్షయిత్వా గమిష్యామి త్వ మపి నిజనగరం గన్తు

---

(క్రుంకెను). పరిశ్రాన్తః = బడలినవాఁడై. అఙ్కమ్ ఆరోపితః = తొడమీఁద ఎక్కించుకొనఁబడినవాఁడై. సుష్వాప = నిద్రించెను. శత్రు భూతమ్ = శత్రు వయినవానిని... కృతమ్ = ఉపకారము. తిర్యక్ = భూమివైపు కడుపు ఉండునట్లు నడచు (జంతువు). యోనిః = జన్మస్థానము. తిర్యగ్యోనిషు = తిర్యగ్జంతువులయందు... నిజ ఆశ్రయమ్ = స్వకీయమయిన ఉనికిపట్టునకు... ఘాతుకాః = చంపువారు. దివాకర = సూర్యుఁడు... తిష్ఠ = ఉండు. తథా భవతు = అట్లే అగునుగాక. ప్రసాదః = దయ... రుష్టాః = కోపగించిన వారు. అవ్యవస్థిత = వ్యవస్థ లేనిదైన (చంచలమయిన)... శాఖా అన్తరమ్ = మఱియొక

కుర్వాషి.' ఇతి వఞ్చయామాస. తచ్ఛ్రుత్వా రాజపుత్రో యావ దేన మధః పాతయితు మారేభే, తావద్భల్లూకో వృక్షాత్ పత న్నపి శాఖా న్తర మాలలమ్బే. రాజపుత్రస్తు విఫలప్రయత్న స్తం దృష్ట్వా బిభాయ. తదా భల్లూకః 'భోః పాపిష్ఠ, కిమర్థం బిభేషి? యత్ పురార్జితం కర్మ తత్ త్వయానుభోక్తవ్యమ్. అత స్త్వం ససేమి రేతి వదన్ పిశాచో భూత్వా ప్రతివనం పరిభ్రమే' తి శశాప. తతః ప్రభాత మాసీత్, వ్యాఘ్ర స్తు నిరగాత్. భల్లూకోఽపి రాజకుమారం శప్త్వా యథేచ్ఛం జగామ. రాజకుమారోఽపి ససేమి రేతి ప్రలపన్ పిశాచో భూత్వా వనేషు తత ఇతః పరిబభ్రామ.

తతోఽస్య తురఙ్గమో నగర మగమత్. తత్ర రాజపుత్రరహిత మశ్వం దృష్ట్వా జనా రాజ్ఞే కేవల మశ్వ మాగత మాచఖ్యుః. తతో రాజా మన్త్రిణః సమాహూయ భణతి స్మ:—'భో మన్త్రిణః, మృగయార్థం కుమారే నిర్గచ్ఛతి మహ ద్దుర్నిమిత్త మాసీత్ కిల. తథాపి మత్త స్తదుల్లఙ్ఘ్య వనం గతః. తస్య ఫలం సద్య ఏవ సముపనతమ్. తదారూఢోఽశ్వః శూన్యః సమాగతః. తత స్తన్మార్గణాయ వనం ప్రతి గమిష్యామీ'తి. తత స్తేఽప్యఙ్గీచక్రుః. తతో రాజా మన్త్రిభిః పరివారేణ చ సహ, కుమారో యేన మార్గేణ గత స్తేనైవ మార్గేణ వనం ప్రావిశత్. తతో వనమధ్యే పరిభ్రమన్తం ససేమి రేతి వదన్తం పిశాచభూతం సుతం దృష్ట్వా రాజా మహాశోకసాగరనిమగ్న స్త మాదాయ స్వనగర మగమత్. ఆగత్య చ తదున్మాదశమనాయ బహూన్ విధీన్ కారయామాస. తేనాపి కుమారః స్వస్థో న బభూవ. తస్మిన్ సమయే రాజా మన్త్రిణం బహుశ్రుత మభాణీత్. "అస్మిన్ సమయే శారదానన్ద స్తిష్ఠే ద్యది, క్షణమాత్రేణ చికిత్సాం కుర్యాత్. స మయా వృథా మారితః. పురుషేణ యత్ కర్మ క్రియతే త ద్విచార్యైవ కర్తవ్యమ్. అన్యథా పర మాపదాం పదం భవతి. ఉక్తం చ:

సహసా విదధీత న క్రియా, మవివేకః పర మాపదాం పదం,
వృణతే హి విమృశ్యకారిణం గుణలుబ్ధాః స్వయ మేవ సంపదః.

---

కొమ్మను. ఆలలమ్బే=పట్టుకొనెను. బిభాయ=భయపడెను. ప్రభాతమ్=ప్రాతఃకాలము... ఆచఖ్యుః= చెప్పిరి. సద్యః=వెంటనే. సముపనతమ్=సంప్రాప్తించినది. మార్గణాయ=వెదకుటకొఱకు. మహాశోక సాగర నిమగ్నః=గొప్ప దుఃఖమనెడు సముద్రములో మునిఁగినవాఁడై. ఆదాయ = తీసికొనివచ్చి. ఉన్మాద శమనాయ=వెఱ్ఱి కుదురుటకు. పరమ్=మిక్కిలి. పదమ్=చోటు... సహసా=విచారింపక. న విదధీత= చేయఁ గూడదు. విమృశ్య కారిణమ్=ఆలోచించి చేయువానిని. సంపదః=ఐశ్వర్యములు. గుణలుబ్ధాః=గుణములయందు ఆసక్తి కలవై. స్వయ మేవ=తమంతటతామే. వృణతే=వరించుచున్నవి... బ్రాహ్మణీ నకులే=బ్రాహ్మణస్త్రీని ముంగిసను గుఱించిన

తథా చ: అపరీక్ష్యం న కర్తవ్యం కర్తవ్యం సుపరీక్షితం
పశ్చాద్భవతి సంతాపో బ్రాహ్మణీనకులే యథా.”

ఇతి రాజ్ఞశ్చిన్తయతః కోఽపి చికిత్సకో నాసీత్. తదా మన్త్రీ.—“యస్య భవితవ్యతా యాదృశీ, బుద్ధి రపి తాదృశీ భవతి. ఉక్తంచ:

తాదృశీ జాయతే బుద్ధిః సా మతిః సా చ భావనా
సహాయ స్తాదృశో జ్ఞేయో యాదృశీ భవితవ్యతా.
న హి భవతి యన్న భావ్యం, భవతి చ భావ్యం వినాపి యత్నేన,
కరతలగత మపి నశ్యతి యస్య హి భవితవ్యతా నాస్తి.”

రాజా.—‘తత్ కర్మాయత్త మభూత్. కిమనేన గతచిన్తనేన? ఇదానీం సుమహాన్ ప్రయత్నః కర్తవ్యః.’ మన్త్రీ.—‘కథం కర్తవ్యః?’ రాజాబ్రవీత్ ‘యః కోఽపి కుమారస్య చికిత్సాం కరిష్యతి, తస్యార్ధరాజ్యం దాస్యామి, సర్వానభీష్టాన్ ప్రదాస్యామి. ఇత్యభితో నగర ముద్ఘోషయ.’ ఇత్యుక్తవతి రాజ్ఞి, మన్త్రీ తథైవ విధాయ స్వభవన మాగత్య శారదానన్దాయ సర్వం నివేదయామాస. తత్ సర్వం శ్రుత్వా శారదానన్దః.—“బహుశ్రుత, భూపాలాయైవం నివేదయ ‘మమ గృహే కాపి కన్యకా వర్తతే, ఏనం యది సా పశ్యేత్ కమప్యుపాయం కరిష్యతీ’తి.” తచ్ఛ్రుత్వా మన్త్రీ రాజ్ఞే వ్యజిజ్ఞపత్.

తతో రాజా సపుత్రః సపరివారో మన్త్రిమన్దిర మాగత్యోపవివేశ. రాజపుత్రోఽపి ససేమి రేతి వదన్నుపవిష్టః. తదాకర్ణ్య యవనికాన్తర్వర్తీ శారదానన్దో ‘భో రాజపుత్రే’త్యామన్త్రయత. ససేమి రేతి భూయోఽపి వదన్తం రాజతనయ ముద్దిశ్యైవం పద్యం పపాఠ:

సద్భావం ప్రతిపన్నానాం వఞ్చనే కా విదగ్ధతా?
అఙ్కమారుహ్య సుప్తానాం హననే కిం ను పౌరుషమ్?

తత్పద్యం శ్రుత్వా రాజపుత్రః చతుర్ణాం వర్ణానా మాదిమం వర్ణం పరిత్యజ్య సేమి రేత్యపాఠీత్. పునశ్చ శారదానన్దో ద్వితీయం పద్య మపఠత్:

సేతుం దృష్ట్వా సముద్రస్య గఙ్గాసాగరసఙ్గమం

---

కథయందు,...భవితవ్యతా = కావలసినగతి. భావ్యమ్ = కావలసినది...ఆయత్తమ్= అధీనము. అభితః నగరమ్=పట్టణ మంతట. ఉద్ఘోషయ=చాటింపింపుము...ఆకర్ణ్య= విని. యవనికా అన్తః వర్తీ= తెర లోపల నున్న. ఆమన్త్రయత=పిలిచెను.

సద్భావ మితి=(దం.) నమ్మకము పొందినవారిని మోసముచేయుటయందు ఏమి నేర్పు? తొడ యెక్కి నిద్రించినవారిని చంపుటయందు ఏమి పౌరుషము?

బ్రహ్మహత్యా ప్రముచ్యేత మిత్రద్రోహో న ముచ్యతే.

తత్పద్యం శ్రుత్వా రాజపుత్రో వర్ణద్వయం పరిత్యజ్య మిరే త్యుక్తవాన్. తత స్తృతీయం పద్య మపఠత్:

మిత్రద్రోహీ కృతఘ్న శ్చ య శ్చ విశ్వాసఘాతుకః
త్రయ స్తే నరకం యాన్తి యావచ్చన్ద్రదివాకరమ్.

రాజపుత్రో రే త్యబ్రవీత్. శారదానన్ద శ్చతుర్థం పద్య మపఠత్:

రాజన్ భో స్తవ పుత్రస్య యది కల్యాణ మిచ్ఛసి
దానం దేహి ద్విజాతిభ్యో వర్ణానాం బ్రాహ్మణో గురుః.

ఏవ ముక్తవతి శారదానన్దే స రాజపుత్రః స్వస్థమనాః సావధాన శ్చ పితు ర్భల్లూకవృత్తాన్తం సర్వ మకథయత్. త చ్ఛ్రుత్వా రాజా శారదానన్దం ప్రతి జగాద.—

గ్రామే వససి కల్యాణి, విపినం నైవ గచ్ఛసి,
ఋక్షవ్యాఘ్రమనుష్యాణాం కథం జానాసి భాషితమ్!—

ఇతి రాజ్ఞోక్తం శ్రుత్వా శారదానన్దః ప్రత్యవాదీత్.—

దేవద్విజప్రసాదేన వాణీ జిహ్వాం మ మాశ్రితా
తే నాహ మవగచ్ఛామి భానుమత్యా య థాజ్క్యాతమ్.

త చ్ఛ్రుత్వా రాజా మహాశ్చర్యభరితమనా యావ ద్యవనికా మాచకర్ష, తావ చ్ఛారదానన్దః సాక్షా దదృశ్యత. తదా రాజా సపుత్ర స్తం ప్రణనామ. తదా మన్త్రిణా రాజ్ఞే పూర్వవృత్తాన్తాః కథితాః. తతో రాజా బహుశ్రుతం మన్త్రిణం ప్ర త్యువాచ: —“తవ సంసర్గేణాహ మకీర్తే ర్నివృత్తోఽస్మి. అతః పురుషేణ సత్సఙ్గో విధేయః.

తథాహి: వారయతి వర్తమానా మాపద మాగామినీం చ సత్సఙ్గః
తృష్ణాం చ హరతి పీతం గఙ్గాయా దుర్గతిం చ సద్యోఽమ్భః.

అన్య చ్చ, రాజ్ఞా తు సతాం భవాదృశాం సంగ్రహః కర్తవ్యః. ఉక్తం చ:

---

సేతుమ్=శ్రీరాములవారు కట్టించిన యానకట్టను. ప్రముచ్యేత=వదలఁబడుచున్నది. మిత్రద్రోహః=స్నేహితుని చంపఁదలఁచుట...కృతఘ్నః=చేసిన మేలు మఱచువాఁడు...కల్యాణమ్=శుభమును. దేహి=ఇమ్ము. ద్విజాతిభ్యః=బ్రాహ్మణులకు...స్వస్థమనాః=కుదిరిన మనస్సుకలవాఁడు. సావధానః=శ్రద్ధకలవాఁడు. జగాద=చెప్పెను...వససి=నివసించుచున్నావు. కల్యాణి=ఓశోభనురాలా. విపినమ్=అడవికి...ద్విజ=బ్రాహ్మణులయొక్క. వాణీ=సరస్వతి. జిహ్వామ్=నాలుకను. ఆశ్రితా=అంటియున్నది...[illegible]తమ్=మచ్చను...అచకర్ష=లాగెనో. సంసర్గేణ=సాంగత్యముచేత. సఙ్గః=సాంగత్యము. విధేయః=చేయవలసినది...ఆగామినీమ్=రాఁబో

సంగ్రహం న కులీనస్య సీద త్యేవ కరోతి యః
స ఏవ శ్లాఘ్యతే మన్త్రీ సమ్య గారూఢికో యథా.”

ఇతి బహుధా మన్త్రిణం స్తుత్వా వస్త్రాదినా సంభావ్య రాజా రాజ్య మకరోత్.

ఇతి మన్త్రీ భోజరాజం ప్రతి కథాం కథయిత్వా పున రబ్రవీత్. యో రాజా మన్త్రివాక్యం శృణోతి స దీర్ఘాయుః సుఖీ చ భవతి.

---

## అథ ప్రథమోపాఖ్యానమ్.

భోజే రాజని సింహాసన మారోఢుం సమీప ముపయాతే
ప్రతి మైకా వినివార్య ప్రాహ గుణాన్ విక్రమార్కదేవస్య.

తతో భోజరాజో మన్త్రిణం సంభావ్య, తత్సింహాసనం స్వనగరాభ్యన్తరం నీత్వా, తత్ర సహస్రమణిస్తమ్భం మణ్టపం కారయిత్వా, తస్మిన్ సుముహూర్తే సింహాసనం ప్రతిష్ఠాప్య, తతః పుణ్యతీర్థోదకై ర్దివ్యౌషధియుక్తై ర్మన్త్రపూర్వకం ద్విజై రభిషేచితః, పురన్ధ్రీభి ర్నీరాజితః, కవిభి ర్విప్రై రాశీర్భి రభినన్దితో, వన్దిభిః ప్రశంసిత, శ్చాతుర్వర్ణ్యం దానమానాభ్యాం సమ్మాన్య, దీనాన్ధబధిరకుబ్జాదిభ్యో బహూని ధనాని దత్త్వా, ఛత్త్రచామరాఙ్కితో యావత్ సింహాసనసాల భఞ్జికామస్తకే పదప

---

వునట్టి. పీతమ్=త్రాగఁబడినదై. అమ్బుః=నీరు...సంగ్రహః=చేర్చుట. కర్తవ్యః=చేయువలసినది...కులీనస్య=గొప్పకులమువానియొక్క. సీదతి=నశించును. సమ్యక్=చక్కఁగా. ఆరూఢికః=అరూఢికుఁ డనుమంత్రి.

భోజే రాజని=భోజ రాజు, సిఁహాసనమ్=సింహాసనమును, అధిరోఢుమ్=ఎక్కుటకు, సమీపమ్=దగ్గఱకు, ఉపయాతే=రాఁగా, ఏకా ప్రతిమా=ఒక బొమ్మ, వినివార్య=(అతనిని) ఆఁపి, విక్రమార్క దేవస్య=విక్రమార్క రాజుయొక్క, గుణాన్=గుణములను, ప్రాహ=(ఇట్లు) చెప్పుచున్నది.

సంభావ్య=గౌరవించి. స్వ నగర అభ్యన్తరమ్=తన పట్టణము లోపలికి. కారయిత్వా=చేయించి (కట్టించి). దివ్య ఓషధి యుక్తైః=శ్రేష్ఠములైన తీఁగలతో కూడుకొన్నటువంటి. పురన్ధ్రీభిః=పేరఁటాండ్రచేత. నీరాజితః=ఆరతియెత్తఁబడినవాఁడై. అభినన్దితః=సంతోషపెట్టఁబడినవాఁడై. వన్దిభిః=స్తుతిపాఠకులచేత. చాతుర్వర్ణ్యమ్=నాలుఁగు జాతులను. దాన మానాభ్యామ్ = ఈవిచేతను గౌరవించుటచేతను. బధిర కుబ్జ ఆదిభ్యః=చెవిటివాండ్రు గుజ్జువాండ్రు మొదలయినవారికి. ఛత్త్రి=గొడుగు. అఙ్కితః=గుర్తుగలవాఁడై. సాలభఞ్జికా మస్తకే=బొమ్మయొక్క తలమీఁద.

ద్మం నిధా యారోఢు మాజగామ, తావత్ సా సాలభఞ్జికా మనుష్యవాచా రాజాన మబ్రవీత్:—'భో మహీపాల, తవ విక్రమార్కస్యేవ శౌర్యౌదార్యసాహసాదయో యది విద్యన్తే, తదాస్మిన్ సింహాసనే సముపవేష్టు మర్హసి.' రాజాబ్రవీత్:—'సాలభఞ్జికే మ మాప్యౌదార్యాదిక మన్యూన మస్తి, మ మాప్యర్థిన స్తృప్యన్తి.' తచ్ఛ్రుత్వా సాలభఞ్జికాభణత్:—"రాజన్నేత దేవ తవానుచితమ్, య దాత్మానం ప్రశంససి. యః స్వగుణాన్ పరదోషాన్ వా కీర్తయతి, స కేవలం దుర్జనః. సజ్జన స్తు తథా న వక్తి. ఉక్తం చ:

స్వగుణాన్ వా పరదోషాన్ వక్తుం శక్నోతి దుర్జనో లోకే
పరదోషాన్ వా స్వగుణాన్ వక్తుం శక్నోతి సజ్జనో నైవ.

అన్యచ్చ: ఆయు ర్విత్తం గృహచ్ఛిద్రం మన్త్ర మౌషధసంగమౌ
దానం మానావమానౌ చ నవ గోప్యాని కారయేత్."

ఇతి సాలభఞ్జికయోక్తం నిశమ్య విస్మితో భోజరాజ స్తా మవదత్—'సత్య ముక్తం త్వయా, యః స్వగుణాన్ కీర్తయతి స మూర్ఖః. మయా య దాత్మనో గుణాః కీర్తితా స్త దనుచిత మేవ. తిష్ఠ త్వేతత్. య స్యైతత్సింహాసనం త స్యౌదార్యాదికం కథయ, శ్రోతుం వాఞ్ఛతి మే శ్రోత్రమ్.' సాలభఞ్జికా భణతి స్మ: 'భో రాజన్నేతత్సింహాసనం దేవస్య విక్రమార్కస్య. స తు సంతుష్టః కోటిశోఽర్థిభ్యః ప్రయచ్ఛేత్. ఉక్తం చ:

నిరీక్షితే సహస్రం తు, నియుతం తు ప్రజల్పితే,
హసితే లక్ష మాప్నోతి, తుష్టేఽర్థీ కోటిశో నృపే.

కి మేవంవిధ మౌదార్యం త్వయి విద్యతే?' శ్రుత్వా భోజరాజ స్తూష్ణీం ప్రత్యావర్తత.

ఇతి ప్రథమోపాఖ్యానమ్.

---

ఔదార్య(మ్)=ఈవి. విద్యన్తే=కలవు. అన్యూనమ్=తక్కువ కానిది. అభణత్=చెప్పెను. అనుచితమ్=తగనిది. ప్రశంససి=పొగడుకొనుచున్నావు. కీర్తయతి=పొగడు (నో). న వక్తి=చెప్పఁడు... శక్నోతి=సమర్థుఁడగుచున్నాఁడు... విత్తమ్=ధనము. ఛిద్రమ్=కలఁత. గోప్యాని=దాఁపవలసినవి... నిశమ్య=విని. విస్మితః=ఆశ్చర్యపడినవాఁడై. అవదత్=చెప్పెను. తిష్ఠతు=ఉండుఁగాక. వాఞ్ఛతి=కోరుచున్నది. ప్రయచ్ఛేత్=ఇచ్చును... నిరీక్షితే=చూడఁబడెనేని. నియుతమ్=పదివేలు. ప్రజల్పితే=సంభాషింపఁబడినయెడల... ప్రత్యావర్తత=మరలెను. ఇతి=ముగిసెను. ఉపాఖ్యానమ్=కథ.

## అథ ద్వితీయోపాఖ్యానమ్.

చిరేణ హుత్వా ప్యనవాప్తకామితం
ద్విజం గిరా కుత్రచి దార్తచేతసం
కృతార్థయామాస హి విక్రమోఽచిరా
దితీహ పాఞ్చాలిక యాభిధీయతే.

భూయోఽప్యేకదా భోజరాజః శుభముహూర్తే యావ ద్విక్రమార్కసింహాసన మారోఢు మాజగామ, తావ ద్ద్వితీయసోపానస్థా సాలభఞ్జికాభణత్:—'భో భోజరాజ, విక్రమార్క స్యౌదార్యం యది త్వయి విద్యేత, త దాస్మిన్ సింహాసనే సముపవిశ.' రాజా.—'సాలభఞ్జికే, త స్యౌదార్యాదికం కథయ.' సాలభఞ్జికా తు తద్వృత్తాన్తం వక్తు మారేభే:—

విక్రమాదిత్యో రాజ్యం కుర్వ న్నేకదా చారా నాహూయాబ్రవీత్:— 'సర్వతః పృథివీం పరిభ్రమత. యత్ర యత్ర కౌతుకప్రదం తీర్థం దేవాయతన మన్యాని వా తథావిధాని విలోకయథ, త న్మమ నివేదయత.' చారా స్తు య దాజ్ఞాపయతి దేవ ఇతి నిష్క్రాన్తాః. అ థైకదా దేశాన్తరం పరిభ్రమ్యాగతః కశ్చి ద్దూతో రాజానం ప్రణమ్య వ్యజిజ్ఞపత్:—"దేవ, చిత్రకూటపర్వతనికటతపోవనమధ్యే మనోహరః కశ్చి ద్దేవాలయోఽస్తి. తత్ర చ పర్వతే అత్యుదగ్రా చ్ఛిఖరా ద్విమలా కాపి జలధారా పతతి. తత్ర స్నానమాత్రేణ మహాపాతకాదీ న్యపి నశ్యన్తి. కించ, యస్తు పాపీయాన్ స్నాన మాచరతి త స్యాఙ్గా దతీవ కలుష ముదకం నిస్సరతి. తేన స పూతో భవతి. అన్య చ్చ, తత్ర కశ్చి ద్బ్రాహ్మణో మహతి హోమకుణ్డే ప్రతిదినం హోమం కరోతి. న జానే తస్య కతి వత్సరా గతా ఇతి. ప్రతిదినం కుణ్డా ద్బహిః ప్రేరితం భస్మ పర్వతాకార మస్తి. స కేనాపి న భాషతే. ఏవ మతివిచిత్రం స్థాన మద్రాక్షీ దయం జనః. తదుపరి

---

అనవాప్త కామమ్=పొందఁబడని కోరికగలవాఁడైన. ఆర్త చేతసమ్=పీడింపఁబడిన మనస్సుగలవాఁడైన. కృతార్థయామాస=కృతార్థునిఁజేసెను. పాఞ్చాలికయా=బొమ్మ చేత. అభిధీయతే=చెప్పఁబడుచున్నది.

భూయః=మరల. సముపవిశ=కూర్చుండుము. ఆరేభే=ఆరంభించెను.

ఆహూయ=పిలిచి. అబ్రవీత్=పలికెను. పృథివీమ్=భూమిని. పరిభ్రమత=సంచరింపుఁడు. కౌతుక ప్రదమ్=వినోదమును ఇచ్చునది. ఆయతనమ్=ఆలయము. వ్యజిజ్ఞపత్=విన్నపించెను. నికట=సమీప. అతి ఉదగ్రాత్=మిక్కిలి పొడుగైన. నిస్సరతి=వెలువడుచున్నది. పూతః=పవిత్రుఁడు. కుండే=గుండములో. జుహోతి=హోమము చేయుచున్నాఁడు. అద్రాక్షీత్=చూచెను. దేవః ప్రమాణమ్=ఏలినవారిచి

దేవః ప్రమాణ మి''తి విరరామ. తచ్ఛ్రుత్వా రాజా స్వయ మేకాకీ తేన సహ తం గిరిం గత్వా పరమానన్దం ప్రాప్య, 'అహో! పవిత్ర మిదం స్థానమ్! అత్ర సాక్షా జ్జగదమ్బికా వసతి! పశ్యత ఏవ మే మనో నిర్మలం భవతి, కిం పున శ్చిరం నివసతామ్?' ఇత్యుక్త్వా తత్ర నిర్ఝరే స్నాత్వా దేవతాం ప్రణమ్య యత్ర బ్రాహ్మణో హోమం కరోతి తత్ర గత్వా త మపృచ్ఛత్. బ్రాహ్మణః.—'యదా సప్తర్షి మణ్డలం రేవతీప్రథమచరణ మధ్యాస్త, త దాహ మయతిషి. ఇదానీం త దశ్విన్యాం నక్షత్రే తిష్ఠతి. జుహ్వతో మే వర్షశత మభూత్. త థాపి దేవతా ప్రసన్నా నాభూత్.' తచ్ఛ్రుత్వా రాజా స్వయం దేవతాం స్మృత్వా జుహావ. తదాపి దేవతా ప్రసాదం న విదధే. అనన్తర మిష్టసాహసో రాజా స్వశీర్ష ముత్కృత్య జుహో మీతి యావత్ కణ్ఠే ఖడ్గం నిచిక్షేప, తావ ద్దేవతా కృపాణం గృహీ త్వాబ్రవీత్—'భోః సాహసిక్, ప్రసన్నాస్మి. వరం వృణీష్వ.' రాజా.—'అయం బ్రాహ్మణ శ్చిరా దతినియతో జుహోతి. కుతోఽస్య మ మేవ ప్రసాదం న చకర్థ?' దేవతా.—''భో రాజ న్నయం చిరా దనుతిష్ఠత్యేవ. పర మస్య చేతః స్వస్థం న బభూవ. చఞ్చలహృదయస్య తపః ఫలాయ న కల్పతే. ఉక్తం చ,

అఙ్గుళ్యగ్రేణ య జ్జప్తం, యజ్జప్తం పర్వలఙ్ఘనైః,
వ్యగ్రచిత్తేన య జ్జప్తం, త్రివిధం నిష్ఫలం భవేత్.

తథా చ, న కాష్ఠే విద్యతే దేవో, న పాషాణే, న మృణ్మయే,
భావే హి విద్యతే దేవ, స్తస్మా ద్భావో హి కారణమ్.

---

త్తము. విరరామ=మానెను. నిర్ఝరే=ఏటిలో. అపృచ్ఛత్=అడిగెను. అధ్యాస్త=అధిష్ఠించెను (అందులో కూర్చుండెను). అయతిషి=ఆరంభించితిని. జుహ్వతః మే=హోమముచేయుచున్న నాకు. న విదధే=చేయ లేదు. ఇష్ట సాహసః=ఇష్టమయిన సాహసముకలవాఁడు, (సాహసము చేయఁ గోరినవాఁడు). స్వ శీర్ష=తన తలను. ఉత్కృత్య=కోసి. నిచిక్షేప=వేసెను. కృపాణమ్=కత్తిని. వృణీష్వ=కోరు. అతి నియతః=మిక్కిలి నియమముకలవాఁడై. న చకర్థ=చేయవైతివి. ఫలాయ నకల్పతే=ఫలింపదు.

అఙ్గుళీతి—వ్రేళ్లచివరతో చేసినజపము, (వ్రేళ్ల) కణుపులను దాఁటుటచేత (లెక్కపెట్టుచు) చేసిన జపము, పరధ్యానముగా చేసినజపము, ఈమూఁడుజపములును నిష్ప్రయోజనములు.

కాష్ఠే=కొయ్యలో. పాషాణే=రాతిలో. మృణ్మయే=మట్టియొక్క వికారమందు. భావే=మనస్సులో,......దైవజ్ఞే=జోస్యునియందు. భేషజే=ఔషధమందు.

కిం చ, మన్త్రే తీర్థే ద్విజే దైవే దైవజ్ఞే భేషజే గురౌ
యాదృశీ భావనా యత్ర సిద్ధి ర్భవతి తాదృశీ.''

రాజా.—'యది ప్రసన్నా జాతా మమ, త హ్యాస్య బ్రాహ్మణస్య మనోరథం సంపూరయ.' దేవీ.—''భో విక్రమ, మహాద్రుమ ఇవ స్వదేహశ్రమ మవిగణయ్య పరశ్రమం పరిహరసి. ఉక్తం చ,

ఛాయా మన్యస్య కుర్వన్తి, స్వయం తిష్ఠన్తి చాతపే,
ఫలన్తి చ పరార్థేషు, నాత్మహేతో ర్మహాద్రుమాః.

తథా చ, పరోపకారాయ వహన్తి నిమ్నగాః, పరోపకారాయ దుహన్తి ధేనవః,
పరోపకారాయ ఫలన్తి భూరుహాః, పరోపకారాయ సతాం విభూతయః.

ఇతి రాజానం స్తుత్వా బ్రాహ్మణస్య మనోరథ మాపూర్యాన్తరధాత్. తతో రాజా స్వనగర మగమత్.

ఇ తీమాం కథాం కథయిత్వా సా సాలభఞ్జికా భోజ మబ్రవీత్:—'త్వ మేత దాసన మారోఢు మభిలషసి. విక్రమార్కగుణా స్తు త్వయి న దృశ్యన్తే.' త చ్ఛ్రుత్వా రాజా తూష్ణీం బభూవ.

ఇతి ద్వితీయోపాఖ్యానమ్.

---

## అథ తృతీయోపాఖ్యానమ్.

---

దత్తాని చత్వారి మహార్ణవేన రత్నా న్యసౌ విక్రమభూమిపాలః
మహీసురాయ ప్రదదా వి తీమాం కథాం తృతీయా ప్రతి మాభిధత్తే.

పున రపి భోజే కదాచిత్ సింహాసన మారోఢు మాగతే, తృతీయా సాలభఞ్జికావదత్:—'భో రాజ న్నేతత్సింహాసనం తే నాధ్యాసితవ్యం యస్మిన్ విక్రమ స్యౌదార్యం విద్యతే.' భోజః.—'సాలభఞ్జికే, త స్యౌదార్యవృత్తాన్తం బ్రూహి.' సాలభఞ్జికా.—రాజన్, యది శ్రోతుం వాఞ్ఛసి తర్హి కథయామి:—

---

యాదృశీ=ఎట్టిదో. భావనా=అభిప్రాయము......మనోరథమ్=కోరికను. సంపూరయ=నిండింపుము. మహాద్రుమః=గొప్ప వృక్షము......ఛాయామ్=నీడను. ఆతపే=ఎండలో......వహన్తి=ప్రవహించుచున్నవి. నిమ్నగాః=నదులు. దుహన్తి=పిదుకుచున్నవి. భూరుహాః=చెట్లు. విభూతయః=సంపదలు......అన్తరధాత్=మాయ మాయెను.

భూమి పాలః=రాజు. మహీసురాయ=బ్రాహ్మణునికి. ప్రదదౌ=ఇచ్చెను. అభిధత్తే=చెప్పుచున్నది......అధ్యాసితవ్యమ్=ఎక్కఁదగినది. బ్రూహి=చెప్పుము.

విక్రమార్క సదృశో భూమణ్డలే కోఽపి నాస్తి. తస్య చేత స్యణుమాత్రోఽపి వికల్పో నాసీత్. ఉక్తం చ,

అయం నిజః పర శ్చేతి వికల్పో లఘుచేతసామ్,
పున స్తూదారచిత్తానాం వసు ధైవ కుటుమ్బినీ.

సాహసేన దీనరక్షణేన ధైర్యేణ చ తత్సమో నాస్తి, యత ఇన్ద్రాదయోఽపి తం సహా య మకుర్వన్త. ఉక్తం చ,

ఉద్యోగః సాహసం ధైర్యం బుద్ధిః శక్తిః పరాక్రమః
ష డేతే యస్య తిష్ఠన్తి తస్య దేవోఽపి శఙ్కతే.

అన్యచ్చ, య స్త్వతిథీనాం మనోరథం పూరయతి త స్యేప్సితం దేవః సంపాదయతి. తథా చోక్తమ్,

కృతో వినిశ్చయః పుంసా, దేవః పూరయ తీప్సితమ్,
విష్ణుచక్రం గరుత్మాం శ్చ నాస్తి తస్య య దాహవే.

తథా చ, ఉత్సాహసంపన్న మదీర్ఘసూత్రం క్రియావిధిజ్ఞం విషయే ష్వసక్తమ్
శూరం కృతజ్ఞం దృఢనిశ్చయం చ లక్ష్మీః స్వయం వాఞ్ఛతి వాసహేతోః.

ఏవం సకలగుణాధివాసో విక్రమార్కః సర్వసంపత్పరిపూర్ణః సకల మపి మహీమణ్డలం పాలయ న్నేకదా స్వమన స్యచిన్తయత్:—

అనిత్యోఽయం సంసారః. కదా కస్య కిం భవిష్య తీతి న జ్ఞాయతే. అతః సము

---

...వికల్పః=భేదబుద్ధి...నిజః=తనవాఁడు. ఉదార చిత్తానామ్=దానశీలమయిన మనస్సుకలవారికి. వసుధా=భూమి. కుటుమ్బినీ=కుటుంబవంతురాలైనభార్య...... శఙ్కతే=భయపడును...ఈప్సితమ్=కోరికను.

కృత ఇతి=(దం.) చేయఁబడినది దృఢసంకల్పము పురుషునిచేత, దేవుఁడు నెఱవేర్చుచున్నాఁడు కోరికను; విష్ణుచక్రము గరుత్మంతుఁడును లేవో వానికి ఎందుచేత యుద్ధములో. (ఇక్కడ, విష్ణువేషము వేసికొని రాజకన్యను స్వీకరించిన కౌలికునికి యుద్ధములో విష్ణువు తోడ్పడి తన గరుడచక్రములచేత వానికి జయము కలుగఁజేసెను, అను పంచతంత్రకథను అనుసంధానము చేయవలయును.) పురుషుఁడు దృఢసంకల్పముతో ప్రయత్నించినయెడల దేవుఁడు తోడ్పడి ఆయత్నమును నెఱవేర్చును, అని తా.

ఉత్సాహసంపన్నమ్=ఉత్సాహము గలవానిని. అదీర్ఘసూత్రమ్=త్వరగా నే పనులు చేయువానిని. క్రియా విధి జ్ఞమ్=పనిచేయు ప్రకారము నెఱిఁగినవానిని. విషయేషు=విషయములయందు. అసక్తమ్=తగులనివానిని.

అధివాసః=నివాసస్థానము. మహీ=భూమి...న జ్ఞాయతే=తెలియఁబడదు.

## తృతీయోపాఖ్యానమ్.

స్వార్జితం ద్రవ్యం న దానభోగాదినా వినా సఫలం భవతి. తస్య సత్పాత్రే దాన మేవ ప్రథమం ఫలమ్. యస్య తన్న భవేత్ తన్నాశ ఏవ ప్రాప్నుయాత్ [illegible],

దానం, భోగో, నాశ, స్తిస్రో గతయో భవన్తి విత్తస్య;
యన్న దదాతి న భుఙ్క్తే తస్య తృతీయా గతి ర్భవ త్యేవ.

తథా చ, దాతవ్యం; భోక్తవ్యం; సతి విభవే సంగ్రహో న కర్తవ్యః;
పశ్యేహ మధుకరాణాం సంచిత మర్థం హరన్తి లోకేఽన్యే.

కిం చ, అనుభవత; దత్త విత్తం; మాన్యం మానయత; సజ్జనం భజత;
అతిపరుషపవనలులితా దీపశిఖే వాతిచఞ్చలా లక్ష్మీః.

అపి చ, ఉపార్జితానాం విత్తానాం త్యాగ ఏవ హి రక్షణమ్,
తటాకోదరసంస్థానాం పరీవాహ ఇ వామ్భసామ్. —

ఇ త్యేవం విచార్య సర్వస్వదక్షిణం క మపి యజ్ఞం కర్తు ముపాక్రమత. తతః శిల్పిభి రతిమనోహరం యజ్ఞాయతనం కారయామాస. సర్వా అపి యజ్ఞసామగ్రీః సంపాదయామాస. దేవర్షియక్షగన్ధర్వ సిద్ధాదీ నాహ్వాయయత్. బ్రాహ్మణా శ్చ సమాజగ్ముః, సర్వే రాజానో బాన్ధవా శ్చ. త త్రాన్తరే రాజా సముద్రాహ్వానాయ కఞ్చన బ్రాహ్మణం ప్రైషయత్. సోఽపి సముద్రతీరం గత్వా గన్ధపుష్పాక్షతాదిభిః సముద్ర మభ్య ర్చ్యాబ్రవీత్—'భగవన్, రత్నాకర, విక్రమార్కో యజ్ఞం కరిష్యతి. తేన ప్రేషితోఽహం త్వదాహ్వానార్థం సమాగతోఽస్మి.' ఇతి జలమధ్యే పుష్పాఞ్జలిం విక్షిప్య క్షణం తస్థౌ. తత్ర న కోఽపి ప్రత్యువాచ. తతో బ్రాహ్మణ స్తటా న్నివృత్య యథాగతం యావ దాజగామ, తావ ద్దేదీప్యమానశరీరః కశ్చి న్మహీసురః సమాగత్య త మవదత్:—''త్వం కిల విక్రమేణాస్మా నాహ్వాతుం ప్రేషితః. తేన యా సంభావనా కృతా సాస్మాభిః ప్రాప్తైవ. ఏత దేవ సుహృల్లక్షణం యత్ సమయే దానమానాది.

ఉక్తం చ, దదాతి, ప్రతిగృహ్ణాతి, గుహ్య మాఖ్యాతి, పృచ్ఛతి,
భుఙ్క్తే చ, భోజయ త్యేవ, షడ్విధం మిత్రలక్షణమ్.

---

ప్రాప్నుయాత్=పొందును...సంగ్రహః=సంకోచము (పిసినారితనము.) మధుకరాణామ్=తేనెటీఁగలయొక్క. సంచితమ్=కూడఁబెట్టఁబడిన...అనుభవత=అనుభవింపుఁడు. మాన్యమ్=పూజ్యుని. అతి...లులితా=మిక్కిలి కఠినమయినగాలిచేత కదపఁబడిన...త్యాగః=ఈవి. పరీవాహః=కలుజు...సర్వస్వ దక్షిణమ్=సర్వ ధనము దక్షిణగాఁగలదైన. ఉపాక్రమత=ఆరంభించెను. ఆహ్వాయయత్=పిలిపించెను. ప్రైషయత్=పంపెను. పుష్ప అఞ్జలిమ్=పువ్వుల దోసిటిని. విక్షిప్య=చల్లి. దేదీప్యమాన శరీరః=మిక్కిలివెలుఁగుచున్న దేహముగలవాఁడైన...ప్రతిగృహ్ణాతి=పు

గిరౌ మయూరో, గగనే చ మేఘో; లక్షాన్తరేఽర్కః, సలిలే చ పద్మమ్;
లక్షద్వయే గ్లౌః, కుముదాని భూమౌ; యయో స్తు మైత్రీ న తయో ర్హి దూరమ్.

మమ సాయ మవసరః సమాగన్తుమ్; యథార్హ ముపకరిష్యామి; అమూల్యాని రత్నాని చత్వారి దాస్యామి, ప్రయచ్ఛ తస్మై. ఏషాం మాహాత్మ్యం శృణు. ఏషా మిదం రత్నం య ద్ధనాది వస్తు స్మర్యతే త ద్దదాతి. ద్వితీయం యత్తు భక్ష్యభోజ్యాదిక మమృతకల్పం త దుత్పాదయతి. తృతీయం హస్త్యశ్వరథపాదాతం బలం ప్రజనయతి. చతుర్థం దివ్యం వస్త్రాభరణాదికం ప్రసూతే.'' ఇత్యభిధాయ రత్నాని దత్త్వా సముద్రోఽన్తరధాత్. తదనన్తరం బ్రాహ్మణ స్తాని రత్నాని గృహీత్వా చిరా దుజ్జయినీ మగమత్.

అత్రాన్తరే యజ్ఞం సమాప్య రాజావభృథస్నానం విధాయ సర్వాన్ లోకాన్ పరిపూర్ణమనోరథా నకరోత్. బ్రాహ్మణోఽపి రాజాన మవలోక్య మణీనాం గుణా నకథయత్. రాజా.—'బ్రాహ్మణ, యజ్ఞదక్షిణకాల మతిలఙ్ఘ్య సమాగచ్ఛః. సర్వస్వ మర్థిసాత్ కృత్వా కేవలోఽస్మి. అత స్త్వ మేవై తేషాం రత్నానాం య దేకం తుభ్యం రోచతే త ద్గృహాణ.' బ్రాహ్మణః.—'మహారాజ, అహం గృహిణీం పుత్త్రం స్నుషాం చ పృష్ట్వా సర్వేభ్యో య ద్రోచతే త ద్గృహ్ణీయామ్.' రాజా—'తథా కురు.' బ్రాహ్మణోఽపి స్వభవన మాగత్య తద్వృత్తాన్తం తేషా మకథయత్. త న్నిశమ్య పుత్త్రోఽభ్యభాషత.—'య ద్రత్నం చతురఙ్గం బలం దదాతి త ద్గృహ్ణీయామ. సుఖేన రాజ్య మాయాతి.' పితా.—''ప్రాజ్ఞో రాజ్యం నాపేక్షేత.

రామే ప్రవ్రజనం, బలే ర్నియమనం, పాణ్డోః సుతానాం వనం,
వృష్ణీనాం నిధనం, నలే చ నృపతౌ రాజ్యాత్ పరిభ్రంశనమ్,
కారాగారనిషేవణం చ మరణం సంచిన్త్య లఙ్కేశ్వరే,
దృష్ట్వా రాజ్యవిడమ్బనా దుపగతం దుఃఖం, న త ద్వాఞ్ఛతి.

---

చ్చుకొనును. గుహ్యమ్=రహస్యమును. ఆఖ్యాతి=చెప్పును.

గిరా వితి=(దం.) కొండలో నెమలి (కలదు), ఆకాశములో మేఘము, లక్ష (యోజనముల)దూరములో సూర్యుఁడు, నీళ్లలో పద్మము, రెండులక్షలయోజనములలో చంద్రుఁడు, కలువలు భూమిలో; ఏయిద్దఱకు స్నేహమో, లేదు ఆయిద్దఱకు దూరము.

అమూల్యాని=వెల లేని. అమృతకల్పమ్=అమృతము వంటి. హస్తిన్=ఏనుఁగు. పదాతి=కాలుబంటు.

అవభృథ=దీక్షాన్త. అతిలఙ్ఘ్య=దాఁటి. అర్థిసాత్=యాచకాధీనము. రోచతే=రుచించు (నో). భవనమ్=ఇంటికి...ప్రవ్రజనమ్=దేశమువదలిపోవుటను. నియమనమ్=కట్టుటను. నిధనమ్=చావును. కారా అగార నిషేవణమ్=చెరసాలయొక్క—

యస్మా ద్ధనాదికం లభ్యతే త ద్గృహ్ణీయామ, తేన తు సర్వ మపి లభ్యతే. ఉక్తం చ,

న త దస్తి జగ త్యస్మిన్ య దర్థేన న సిధ్యతి
ఇతి నిశ్చిత్య మతిమాన్ ధన మేకం ప్రసాధయేత్."

భార్యా.—"య ద్రత్నం షడ్రసోపేతం చతుర్విధాన్నం ప్రసూతే, తద్గృహీతవ్యమ్. సర్వేషాం ప్రాణినా మన్న మేవ జీవధారణమ్. ఉక్తం చ,

అన్నం విధాత్రా విహితం మర్త్యానాం జీవధారణమ్,
త దనాదృత్య మతిమాన్ ప్రార్థయే న్న తు కిఞ్చన."

అథ స్నుషా.—"య ద్రత్నం వస్త్రాభరణాదికం ప్రసూతే త ద్గ్రాహ్యమ్. తథా చ,

భూషణై ర్భూషయే దఙ్గం సదా విభవసారతః
శుచిసౌభాగ్యసిద్ధ్యర్థ మాయుష్య స్యాభివృద్ధయే.
సుహృదానన్దనం ముఖ్య ముత్సవేషు విభూషణమ్
రత్నాధిదేవతాతుష్టి ర్భూషణస్య విధారణాత్."

ఏవం పరస్పరం చతుర్ణాం వివాదో లగ్నః. తతో బ్రాహ్మణో రాజ్ఞః సమీప మాగత్య వివాదం న్యవేదయత్. రాజాపి తచ్ఛ్రుత్వా తస్మై బ్రాహ్మణాయ చత్వా ర్యపి రత్నాని దదౌ.

ఇతి కథాం కథయిత్వా సాలభఞ్జికా భోజ మబ్రవీత్:—"ఔదార్య మేవ సహజో గుణః శరీరిణామ్. తథా హి,

చమ్పకేషు సువర్ణత్వం, కాన్తి ర్ముక్తాఫలేషు చ,
య థేక్షుదణ్డే మాధుర్య, మౌదార్యం సహజం తథా.

త్వ య్యేవ మౌదార్యం విద్యతే చే దస్మిన్ సింహాసన ఉపవిశ." త చ్ఛ్రుత్వా రాజా తూష్ణీం బభూవ.

ఇతి తృతీయోపాఖ్యానమ్.

## అథ చతుర్థోపాఖ్యానమ్.

భూసురేణ కృతినా కృతజ్ఞతాశోధనాయ తనయో మహీపతేః
ఏకదా కుహన యాపహారితో గూఢ మిత్యభినివేదయ త్యసౌ.

---

(-యందు) సేవించుటను (ఉండుటను). లఙ్కేశ్వరే=రావణాసురునియందు. విడమ్బనాత్=అడంబరమునుండి....విహితమ్=చేయఁబడినది....స్నుషా=కోడలు. ప్రసూతే=కను (నో)....ఆనన్దనమ్=సంతోషపెట్టునది....లగ్నః=తగిలినది.

కృతినా=కృతార్థుఁడైన. కుహనయా=వంచనచేత....పరమ్=మఱియు. ప్రే

భూయోఽప్యేకదా సింహాసన మారోఢు మాగచ్ఛతి భోజే, సాలభఞ్జికా బ్రవీత్:—'యది త్వ మౌదార్యేణ విక్రమార్క మనుసరే స్తర్హీదం సింహాసన మారోహ.' రాజా.—'బ్రూహి మే త స్యౌదార్యవృత్తాన్తమ్.' తతః సాలభఞ్జికా కథాం కథయితు మారేభే.

విక్రమాదిత్యే రాజ్యం కుర్వ త్యుజ్జయిన్యాం బ్రాహ్మణః కోఽపి సకలవిద్యావిచక్షణః సకలగుణాలంకృత శ్చ పర మపుత్త్రః సమభవత్. తం చైకదా తత్ప్రేయసీ జగాద:—"భోః ప్రాణనాథ, పుత్త్రం వినా గృహస్థస్య గతి ర్నాస్తీతి స్మృతిపురాణవిదః సమామనన్తి.

తథా చ, అపుత్త్రస్య గతి ర్నాస్తి, స్వర్గో నైవ చ నైవ చ,
తస్మాత్ పుత్త్రముఖం దృష్ట్వా భవేత్ పశ్చా ద్ధి తాపసః.
శర్వరీదీపక శ్చన్ద్రః, ప్రభాతోద్దీపకో రవిః,
త్రైలోక్యదీపకో ధర్మః, సుపుత్త్రః కులదీపకః.
నాగో భాతి మదేన, ఖం జలధరైః, పూర్ణేన్దునా శర్వరీ,
శీలేన ప్రమదా, జవేన తురగో, నిత్యోత్సవై ర్మన్దిరం,
వాణీ వ్యాకరణేన, హంసమిథునై ర్నద్యః, సభా పణ్డితైః,
సత్పుత్త్రేణ కులం, నృపేణ వసుధా, లోకత్రయం భానునా."

త చ్ఛ్రుత్వా భూసురః ప్రాహ:—"ప్రియే, సత్య మవాదీః. పర ముద్యమేన వినా ద్రవ్యం, గురుశుశ్రూషాం వినా విద్యా, పరమేశ్వర ప్రసాదం వినా సంతతి శ్చ న లభ్యతే. ఉక్తం చ,

నిరన్తరం సుఖాపేక్షా హృదయే యది వర్తతే
కృత్వా భావం దృఢం నిత్యం భవానీవల్లభం భజేత్"

త దాకర్ణ్య బ్రాహ్మణీ పున ర్జగాద—'భోః స్వామిన్, జానాసి కిల సర్వమ్. కుతః పరమేశ్వరప్రసాదనం కి మపి నానుతిష్ఠసి?' బ్రాహ్మణః.—"భోః ప్రియే, యుక్త మాహ భవతీ.

---

యసీ=భార్య. జగాద=చెప్పెను. సమామనన్తి=చెప్పుచున్నారు....తాపసః=తపస్వి...శర్వరీ=రాత్రి. ప్రభాత-=ప్రాతఃకాలముయొక్క. రవిః=సూర్యుఁడు.

నాగ ఇతి=(దం.) ఏనుఁగు ప్రకాశించును మదముచేత, ఆకాశము మేఘములచేత, పూర్ణచంద్రునిచేత రాత్రి, పాతివ్రత్యముచే స్త్రీ, వేగముచేత గుఱ్ఱము, నిత్యోత్సవములచే ఇల్లు, వాక్కు వ్యాకరణముచేత, హంసలజతలచేత నదులు, సభ పండితులచేత, మంచికుమారునిచే వంశము, రాజుచే భూమి, మూఁడులోకములు సూర్యునిచేత.

అవాదీః=చెప్పితివి. ఉద్యమేన వినా=ప్రయత్నము లేక...భవానీ వల్లభమ్

యుక్తియుక్త ముపాదేయం వచనం బాలకా దపి
విదుషా తు సదా గ్రాహ్యం వృద్ధా దపి న దుర్వచః.''

ఇత్యుక్త్వా స విప్రః పరమేశ్వరప్రసాదనాయ రుద్రానువాకై రయజత. అథైకదా రాత్రౌ బ్రాహ్మణం స్వప్నే జటామకుటధారీ వృషభవాహనః శైలతనయాసమాశ్లిష్టవామతను శ్చన్ద్రకలావతంసః పరమేశ్వర శ్చక్షుషోః పద మవతీర్యైవ మవదత్ — 'పుత్త్ర, ప్రదోషవ్రతమాచర. తేన తవ పుత్త్రో భవిష్య తీ'తి. బ్రాహ్మణ స్తు ప్రబుధ్య ససంభ్రమ ముత్థాయ, స్వప్నవృత్తాన్తం వృద్ధేభ్యో నివేదయామాస. తేఽబ్రువన్: ''తాత, యథార్థోఽయం స్వప్నః. ఉక్తం చ, స్వప్నాధ్యాయే:

దేవో ద్విజో గురు ర్వాపి పితరో లిఙ్గిన స్తథా
య ద్వద న్తి వచః స్వప్నే తత్ త థైవ వినిర్దిశేత్.

అస్మిన్ వ్రతేఽనుష్ఠితే సర్వథా తవ పుత్త్రో భవిష్య తీ''తి. తేషాం వచనం మనసి కృత్వా బ్రాహ్మణో మార్గశీర్షశుద్ధత్రయోదశ్యాం మన్దవాసరే కల్పోక్తప్రకారేణ ప్రదోషవ్రత మన్వతిష్ఠత్. అథానుష్ఠితే చ వ్రతే, పరమేశ్వరః ప్రసన్నో భూత్వా పుత్త్ర మస్మై ప్రాయచ్ఛత్. తదనన్తరం బ్రాహ్మణ స్తస్య జాతకర్మ విధాయ ద్వాదశే దివసే దేవదత్త ఇతి నామ చ కృత్వావశిష్టా న్యన్నప్రాశనచౌలోపనయనాదీని కర్మాణి యథాకాల మకార్షీత్. వేదాన్ సాఙ్గా నధ్యాపయామాస. తతః షోడశే వర్షే గోదానాదికం విధాయ సురూపాం బుద్ధిశీలలక్షణసంపన్నాం కా మపి కన్యకా మన్విష్య తస్య వివాహం కృత్వా జీవనం పరికల్ప్య స్వయం తీర్థయాత్రాం కర్తుకామః పుత్త్రాయ బుద్ధి మేవ ముపదిదేశ: 'పుత్త్ర, శ్రూయతా ముపదేశోఽయమ్. ఇహ పరత్ర చ సుఖకారీ మయా కథ్యతే.' దేవదత్తః.—'ఆర్య, ధన్యోఽస్మి. యథేచ్ఛ ముపదిశతు భవాన్.' పితా.—''వత్స, అతికష్టాం దశాం ప్రాప్తోఽపి స్వధర్మాచారం మా పరిత్యజ. పరైః సహ వివాదం మా కార్షీః. సర్వభూతేషు దయాం కురు. పరమేశ్వరే భక్తిం విధేహి. పరస్త్రియో మా విలో

---

=పార్వతియొక్క ప్రియుని (శివుని). భవతీ=నీవు...ఉపాదేయమ్=గ్రహింపఁదగినది....రుద్ర అనువాకైః=రుద్రునిగుఱించిన వేదమంత్రములచేత. అయజత=ఆరాధించెను. మకుట=కిరీట. శైల......తనుః=కొండకూఁతుచేత (పార్వతిచేత) కౌఁగిలింపఁబడిన యెడమ దేహము (దేహముయొక్క యెడమపార్శ్వము) కలవాఁడై. అవతంసః=తలపువ్వు....లిఙ్గినః=బ్రహ్మచారులు...మన్ద=శని. కల్ప=శాస్త్ర. ప్రాయచ్ఛత్=ఇచ్చెను. చౌలమ్=పుట్టువెండ్రుకలు తీయుట. అకార్షీత్—చేసెను. గోదాన=క్షౌర. అన్విష్య=వెదకి. మా కార్షీః=చేయకు. భూతేషు=జంతువులయందు.

కయ. బలవద్విరోధం మా కురు. మర్మజ్ఞే ష్వనువృత్తిం విధేహి. ప్రస్తావసదృశం వద. స్వవిత్తానుసారేణ వ్యయం కురు. సజ్జనా నాశ్రయ. దుర్జనాన్ పరిహర. స్త్రీభ్యో గుహ్యం మా వద.” ఏవ మన్యా శ్చ నీతీ రుపదిశ్య స్వయం వారాణసీం జగామ. దేవదత్త శ్చ పితు రుపదేశం పాలయన్ త త్రైవ నగరే సుఖ మువాస.

అ థైకదా హోమాయ సమిధః సమాహర్తుం స మహదరణ్యం ప్రవిశ్య యావత్ సమిధ శ్చిచ్ఛేద, తావ ద్విక్రమో రాజా మృగయార్థం విపిన మవగాహ్య మహాన్త మేకం సూకర మనుధావన్ త త్రాగత్య దేవదత్తం దృష్ట్వా పురమార్గం జానన్నపి పప్రచ్ఛ. తేన పృష్టో దేవదత్తః స్వయ మగ్రే గచ్ఛన్ రాజానం నగర మనీనయత్. తదనన్తరం రాజా దేవదత్తం బహుధా సమ్మాన్య కు త్రాపి రాజకార్యే న్యయుఙ్క్త. ఏవం మహాన్ కాలః సమతిచక్రామ.

అథైకదా రాజా మధ్యేసభ మవాదీత్: ‘కథ మహం దేవదత్తకృతా దుపకారా దుత్తీర్ణో భవిష్యామి? య దయం మాం మహతోఽరణ్యా న్నగర మనైషీత్.’ తదా కోఽపి జగాద:—“హ న్తాయం మహాపురుషః! యత్ కృత ముపకారం చిరాదపి న విస్మరతి. తథా చోక్తమ్:

ప్రథమవయసి పీతం తోయ మల్పం స్మరన్తః
శిరసి నిహితభారా నారికేళా నరాణామ్
సలిల మమృతకల్పం దద్యు రాజీవితాన్తం
న హి కృత ముపకారం సాధవో విస్మరన్తి.”

---

మా విలోకయ=చూడకు. మర్మజ్ఞేషు=రహస్య మెఱిఁగినవారియందు. సదృశమ్=ఉచితమును. వ్యయమ్=ఖర్చును. వారాణసీమ్=కాశికి. ఉవాస=వసించియుండెను.... సమిధః=చిదుగులను. విపినమ్=అడవిని. అవగాహ్య=చొచ్చి. సూకరమ్=పందిని. అనీనయత్=నడపించెను. న్యయుఙ్క్త=నియోగించెను....హన్త=అహా. న విస్మరతి=మఱవఁడు.

ప్రథమేతి=(దం.) మొదటి వయస్సునందు త్రాగఁబడినటువంటి నీటిని స్వల్పమును స్మరించుకొనునవై తలయందు ఉంచుకోఁబడిన బరువుకలవై కొబ్బరచెట్లు మనుష్యులకు నీటిని అమృతమువంటిదానిని యావజ్జీవము ఇచ్చును. చేసిన యుపకారమును సాధువులు మఱవరుగదా. అ. టెంకాయచెట్లు తాము లేఁతమొక్కలుగా నున్నప్పుడు తమ్ము నీరుపోసి పెంచిన యుపకారమును జ్ఞప్తి యుంచుకొన్నవై యా యుపకారులకు ప్రత్యుపకారముగా తాము పెద్దలైనపిమ్మట యావజ్జీవమును అమృతమువంటి జలమును తలమీఁద పెట్టుకొని మోచి యిచ్చును:—అని తొలి మూఁడుపాదములకు అర్థము.

బ్రాహ్మణ స్తు రాజ్ఞో వచనం శ్రుత్వా స్వమనసి విచచార: 'అహో! రాజా కి మేవం వదతి? కిం నా మాహ ముపాకరవమ్? కి మేతత్ తథ్యం వా మిథ్యా వా? అస్య ప్రత్యయం పశ్యేయమ్.' ఇతి విచార్య రాజపుత్త్ర మపహృత్య స్వమన్దిరే సంగోప్య తస్య కణ్ఠభూషణ మేకం స్వభృత్యహస్తే దత్త్వా విపణ్యాం విక్రేతుం ప్రైషయత్. అస్మి న్నవసరే రాజమన్దిరే 'రాజకుమారః కేనాపి చోరే ణాపహృతో మారిత' ఇతి మహాన్ కోలాహలః సమభూత్. రాజాపి పుత్త్రమార్గణాయ సర్వత్రాధికారిణః ప్రాహిణోత్. తదా తే సర్వతః పరిభ్రమన్తో విపణిమధ్యే దైవా దాభరణహస్తం దేవదత్తభృత్య మపశ్యన్. తత స్తదాభరణం రాజకుమార స్యేతి జ్ఞాత్వా తం బద్ధ్వా రాజసమీపం నిన్యుః. రాజాపి తం దృష్ట్వోవాచ:—'రే రే భృత్య, పాపిష్ఠ, కథ మేతదాభరణం తవ హస్తే సమాగతమ్?' భృత్యః.—'అహం దేవదత్తస్య భృత్యః. ఏతదాభరణం విపణిమధ్యే విక్రీయ ధన మాన యేతి తేన ప్రేషితోఽస్మి.' తతో రాజా దేవదత్త మాహూ యైవ మపృచ్ఛత్:—'ఏతదాభరణం క స్తే దదౌ?' దేవదత్తః—'న కోఽపి. అహ మేవ ధనలోలుప స్తవ కుమారం హత్వా తద్భూషణాని గృహీత్వా తేషా మిద మేక మాభరణం విక్రేతు మదామ్. ఇదానీం య ద్రోచతే తుభ్యం తత్ కురు. మమ కర్మవశా దేవం బుద్ధి రుత్పన్నా.' ఇతి భణిత్వావనతవదన స్తస్థౌ. త చ్ఛ్రుత్వా రాజా కి మపి ప్రతికర్తుం న శశాక. తదా సభ్యః కశ్చి దాహ 'అహో! అయం సర్వధర్మశాస్త్రవేత్తా; కథ మీదృశే పాపే కర్మణి బుద్ధి మకరోత్!' అపరః కశ్చి దాహ ''కిం చిత్రమ్? స్వకర్మణా ప్రేరిత స్యైవం బుద్ధి రజాయత. ఉక్తం చ:

కిం కిం కరోతి న ప్రాజ్ఞః ప్రేర్యమాణః స్వకర్మభిః!
ప్రాగేవ హి మనుష్యాణాం బుద్ధిః కర్మానుసారిణీ.''

తత్ర పరే కేచన రాజాన మబ్రువన్—'దేవ, య దయం బాలఘాతీ, పునః స్వర్ణస్తేయీ చ. తతః ఖాదిరేణ శూలేన హన్తవ్యః.' తదా మన్త్రిణః ప్రాహుః—'ఇమం తిలాంశఖణ్డాన్ కృత్వైతన్మాంసేన గృధ్రేభ్యో బలి ర్దాతవ్యః.' ఇతి తేషాం వచ

---

ప్రత్యయమ్=రుజువును. విపణ్యామ్=బజారులో. మార్గణాయ=వెదకుటకు. ప్రాహిణోత్=పంపెను. నిన్యుః=కొనిపోయిరి. లోలుపః=అత్యాశకలవాఁడనై. అవనతవదనః=తలవంచుకొని. న శశాక=సమర్థుఁడు కాఁడాయెను.... ప్రేర్యమాణః=ప్రేరేపింపఁబడుచున్నవాఁడై. ప్రాక్ ఏవ=ముందుగానే. కర్మ అనుసారిణీ=కర్మను అనుసరించునది.... స్తేయీ=దొంగ. ఖాదిరేణ=చండ్రకొయ్యతో చేయఁబడిన. శూలేన=కొఱ్ఱిచేత.

నం శ్రుత్వా రాజా జగాద:—“భోః సభ్యాః, అయం మా మాశ్రితః పురమార్గప్రదర్శనా దుపకారీ చ. అతోఽస్మిన్ గుణదోషచిన్తా న కార్యా. ఉక్తం చ:

చన్ద్రః క్షయీ ప్రకృతివక్రతనుః కళఙ్కీ
దోషాకరః స్ఫురతి మిత్రవిపత్తికాలే
మూర్ధ్నా తథాపి సతతం ధ్రియతే హరేణ
నైవాశ్రితేషు మహతాం గుణదోషచిన్తా.

కిం చ: ఉపకారిషు యః సాధుః సాధుత్వే తస్య కో గుణః?
అపకారిషు యః సాధుః స సాధుః సద్భి రుచ్యతే.”

ఇతి భణిత్వా రాజా దేవదత్త మవలోక్య “సఖే, కిఞ్చి దపి భయం చేతసి మా కార్షీః. మమ పుత్త్రో బలీయసా పురాకృతేన కర్మణా హతః. కిం నామ త్వయా కృతమ్? ప్రాక్కృతం కో వా లఙ్ఘయితుం క్షమేత. తథా హి:

మాతా లక్ష్మీః, పితా విష్ణుః, స్వయం చ విషమాయుధః,
తథాపి శమ్భునా దగ్ధః, ప్రాక్కృతం కేన లఙ్ఘ్యతే.

అన్యచ్చ, మహత్యరణ్యే పతితం మాం నగర మనీనయః కిల. అత్ర ప్రత్యుపకారసహస్రై రపి న తావక మృణ మపనేతుం ప్రభవామి.” ఇతి సమాశ్వాస్య తం వస్త్రాభరణాదినా సంభావ్య విససర్జ. దేవదత్త స్తు పరమానన్దభరిత స్తం కుమారం స్వగృహా దానీయ రాజ్ఞే దదౌ. తతో విస్మితేన రాజ్ఞాభాణి—‘దేవదత్త, కి మేవం కృతమ్?’ దేవదత్తః.—“భో రాజన్, శ్రూయతామ్. త్వయా సభామధ్యే బహువారం దేవదత్తకృతా దుపకారాత్ కథ ముత్తీర్ణో భవిష్యామీతి భణితమ్. అత స్తవ చిత్తపరీక్షణార్థ మయైవం కృతమ్. త్వయి ప్రత్యయో దృష్టః. క్షన్తవ్యోఽయ మపరాధః.” రాజా.—‘యః కృత ముపకారం విస్మరతి స ఏవ పురుషాధమః.’ దేవదత్తః.—“దేవ, వి నాపి కారణం సకలజగతా ముపకరోషి. అత స్త్వ మేవ సుజనో

---

చన్ద్రఇతి=(దం.) చంద్రుఁడు క్షయరోగి, స్వభావముచేత వంకరైన దేహము గలవాఁడు, అపవాదము (మచ్చ) కలవాఁడు, దోషములకు గనియైనవాఁడు (రాత్రిని చేయువాఁడు), ప్రకాశించును స్నేహితుని (సూర్యుని) యాపత్కాలమందు; తలమీఁద అట్లయినను సర్వదా ధరింపఁబడుచున్నాఁడు శివునిచేత; లేనేలేదు ఆశ్రితులవిషయమై గొప్పవారికి గుణదోష విచారము.

ప్రాక్కృతమ్=తొంటికర్మను. క్షమేత=సమర్థుఁడగును....విషమ ఆయుధః=కఠినములైన (బేసియైన) యాయుధములుగలవాఁడు....తావకమ్=నీదైన. నప్రభవామి=సమర్థుఁడను కాను. సమాశ్వాస్య=ఓదార్చి....పర హిత కరణాయ=ఇతరులకు

లోకే. తథాచోక్తం:

తే సుజనా స్తే ధన్యా స్తే కృతిన స్తే హి సుకృతినో లోకే,
యే కారణం వినాపి చ పరహితకరణాయ హన్త జీవన్తి.”

ఇతి రాజానం స్తుత్వా దేవదత్తో రాజ్ఞానుజ్ఞాతః స్వగృహ మయాసీత్.

ఇతి కథాం కథయిత్వా సాలభఞ్జికా భోజ మబ్రవీత్: ‘రాజన్, త్వ య్యేవ మౌదార్యం న విద్యతే, త దిద మాస్థాతుం నార్హసి.’ త చ్ఛ్రుత్వా రాజా తూష్ణీం నిర్జగామ.

ఇతి చతుర్థోపాఖ్యానమ్.

---

## అథ పఞ్చమోపాఖ్యానమ్.

---

మణీ ననర్ఘాన్ వణిజః కుతో౽పి క్రీత్వా దశైతే ష్వపి పఞ్చ నావే
భృత్యాయ దత్త్వాపతతే౽వశిష్టాన్ దదౌ స రాజేతి నిగద్యతే౽ద్య.

పున రపి భోజే సమాగత్య సింహాసనసోపానే పాదం విన్యస్యతి, తావ దన్యా సాలభఞ్జికా నివార్య గిర మేవం వ్యాజహార:—

విక్రమా దన్యః కో౽పి నేద మారోఢు మర్హతి. తత్తుల్య శ్చే దర్హతి. శ్రూయతాం బ్రవీమి త స్యౌదార్యమ్. విక్రమార్కే మహీం పాలయ త్యేకదా కశ్చి ద్రత్నవణిక్ సమేత్య రత్న మనర్ఘ మేకం రాజహస్తే సమర్పితవాన్. రాజా దేదీప్యమానం త దాదాయ పరీక్షకా నాకార్యాభణత్:—‘కీదృశ మేత ద్రత్నమ్? కియ న్మూల్య మర్హతి? నిశ్చిత్య కథయత.’ పరీక్షకా, స్త ద్రత్నం సాధు నిరూప్య —‘రాజ న్నమూల్య మేత ద్రత్నమ్. అస్య మూల్యం నిర్ణేతుం న కే౽ప్యత్ర ప్రభవన్తి.’ త చ్ఛ్రుత్వా రాజా తస్మై భూరి ద్రవ్యం దత్త్వాబ్రవీత్:—‘భోః సార్థవాహ,

---

మేలు చేయుటకు. అనుజ్ఞాతః=సెల వియ్యఁబడినవాఁడై. అయాసీత్=పోయెను.

మణీ నితి=అ. వెలలేని మణులను పదింటిని ఒకానొక వర్తకునివలన కొని వాని లోను ఐదింటిని పడవకై ఇచ్చి వచ్చిన భృత్యునికి మిగిలినమణులను ఆరాజు ఇచ్చె నని ఇపుడు చెప్పఁబడుచున్నది.

సోపానే=మెట్టుమీద. విన్యస్యతి=ఉంచుచుండఁగా. గిరమ్=మాటను. వ్యాజహార=చెప్పెను...ఆదాయ=పుచ్చుకొని. ఆకార్య=పిలిపించి. కియత్=ఎంత. మూల్యమ్=ఖరీదును. భూరి=విస్తారము. సార్థవాహ=సాహుకారా. జిఘృక్షౌ=పుచ్చు

కి మీదృశ మన్య దస్తి?' వణిక్.—'దేవ, నాత్ర సన్తి, గ్రామే తు దశ విద్యన్తే యది జిఘృక్షా దేవస్య, తర్హి ప్రేషయిష్యామి.' రాజా తేషా మేకైకస్య చతుస్సహస్రం సువర్ణాని మూల్యం నిర్ణీయ తావ ద్ధనం దత్త్వా స హైవ తేన చతుర మేకం భృత్యం ప్రేష్య, అష్టభి ర్దివసై రత్రాగచ్ఛే రి త్యాదిదేశ. సోఽపి 'యథాజ్ఞాపయతి దేవ' ఇ త్యాజ్ఞాం శిరసి కృత్వా ఝడితి నిర్జగామ. రత్నాని గృహీత్వా పున రాగచ్ఛతి చ తస్మిన్ మధ్యేపథం మహతీ వృష్టి రాసీత్. తయా చోభయకూలప్రపూర్ణా న ద్యేకా ప్రవహతి స్మ. తదుత్తరం తీరం గన్తు మశక్నువ న్నావిక మాహూయావదత్: 'నావిక, రత్నహారం మా మిమాం నదీ ముత్తారయ.' నావికః.—''అరే పథిక, అ ద్యైషా నదీ వేలా మతిక్రమ్య ప్రవహతి. కథ ముత్తార్యతామ్? అన్య చ్చ మహానద్యుత్తరణం బుద్ధిమతా వర్జనీయమ్. ఉక్తం చ:

మహానదీప్రతరణం మహాపురుషనిగ్రహం
మహాజనవిరోధం చ దూరతః పరివర్జయేత్.

తథా చ: చరిత్రే యోషితాం పూర్ణసరిత్తారే నృపాదరే
సర్పమైత్ర్యే వణిగ్వాక్యే విశ్వాసం నైవ కారయేత్.

భృత్యః.—'అరే కర్ణధార, య దుక్తం త్వయా తత్ సత్య మేవ. మమ తు మహత్ కార్య మస్తి.' కర్ణధారః.—'కథయ కిం తత్.' భృత్యః.—'య ద్యహ మ ద్యైవ రత్నాని గృహీత్వా దేవపాదమూలం న గచ్ఛేయం, త దాజ్ఞాభఙ్గా ద్రాజా మమ నిగ్రహం కరిష్యతి.' నావికః.—'తర్హి తేషాం మమ పఞ్చ రత్నాని యది దాస్యసి, త్వాం నదీ మిమా ముత్తారయిష్యామి.' తతో భృత్య స్తస్య పఞ్చ రత్నాని దత్త్వా నదీ ముత్తీర్య రాజసమీప మాగత్య సవినయం ప్రణమ్య పఞ్చ రత్నాని దదౌ. తదా రాజాబ్రవీత్ 'కి ము రే ప ఞ్చైవ సమానీతాని? కు త్రావశిష్టాని పఞ్చ?' భృత్యః.—''దేవ, శ్రూయతాం విజ్ఞాప్యతే. అహం యథాదేశ మితో నిర్గత్య వణిజా సహ రత్ననగరం ప్రవిశ్య తేన దత్తాని దశ రత్నాని గృహీత్వా తతో నిర్గత్య యావదాగచ్ఛమ్, తావ న్మార్గే కాపి వృష్టి రతిమహతీ సమభూత్. తదా కాపి తటినీ కూల ము

---

కొనవిచ్ఛ. అదిదేశ=ఆజ్ఞాపించెను. మధ్యేపథమ్=మార్గమధ్యములో. కూల=గట్టు. నావికమ్=పడవవానిని. రత్నహారమ్=రత్నములను కొనిపోవువాఁడనయిన. ఉత్తారయ=దాఁటింపుము. అరే పథిక=ఓ బాటసారీ. వేలామ్=గట్టును...ప్రతరణమ్=దాఁటుటను. నిగ్రహమ్=బాధించుటను...పూర్ణ సరిత్ తారే=నిండిన నదిని దాఁటుటయందు...కర్ణధార=ఓపడవవాఁడా. అరే=ఓరీ. సమానీతాని=తేఁబడినవి. యథా ఆదేశమ్=ఆజ్ఞ ప్రకారము. తటినీ=నది. ప్రతిభయమ్=భయంకరముగా.

ల్లఙ్ఘ్య ప్రతిభయం ప్రవహతి స్మ. అహం తు యథాదిష్టకాలం స్వామిచరణౌ పశ్యేయ మితి నదీ ముత్తరీతుం నావికాయ పఞ్చ రత్నాని దత్తవా నస్మి, పఞ్చ రత్నా నీమాని సమానీతాని. య ద్యాదిష్టః సమయోఽతిలఙ్ఘ్యేత, త దాజ్ఞాభఙ్గో భవేత్;

ఆజ్ఞాభఙ్గో నరేన్ద్రాణాం విప్రాణాం మానఖణ్డనం
పృథక్ఛయ్యా చ నారీణా మశస్త్రో వధ ఉచ్యతే.”

ఇత్యుక్త్వా, దేవః ప్రమాణ మితి విరరామ. రాజా తు తద్వచనం శ్రుత్వా పరం సం తుష్టః సమ్మా న్యావశిష్టా న్యపి రత్నాని తస్మా యదాత్.

ఇతి కథాం కథయిత్వా సాలభఞ్జికా భోజరాజం ప్రతి ‘భో దేవ, కి మేవ మౌదార్యం త్వయి విద్యతే? యది విద్యేత త హ్యుపవిశే’ త్యవదత్. త దాకర్ణ్య భోజ స్తూష్ణీ మన్తఃపుర మవిశత్.

ఇతి పఞ్చమోపాఖ్యానమ్.

---

## అథ షష్ఠోపాఖ్యానమ్.

ఇతః పరం విక్రమభూమిపాల స్తప శ్చర న్తం కిల వర్ణినం సః
పురేఽభిషిచ్య ప్రదదౌ ధనాని భూ రీతి సైషా ప్రతిమాద్య వక్తి.

భోజరాజః పునః శుభే ముహూర్తే సింహాసన మారోఢు మాజగామ. తావ దపరా సాలభఞ్జికా నివార్య బభాణ:—‘భో రాజన్, యః పున రౌదార్యేణ విక్ర మ మనుకరోతి స ఏవ సింహాసన మిద మధిరోఢు మర్హతి.’ భోజః.—‘త స్యౌ దార్యవృత్తాన్తం కథయ.’ సాలభఞ్జికా.—దేవ, శ్రూయతామ్:—

విక్రమాదిత్యో రాజ్యం కుర్వ న్నేకదా వసన్తోత్సవే సకలాన్తఃపురవధూస మేతః క్రీడార్థం శృఙ్గారవన మగమత్. తత్ర చ,

మాకన్దేషు నవోదయేషు ముదితా మాధ్వీరసాస్వాదినో
ఝఙ్కారైకపరాయణా విరహిణాం మానచ్ఛిదో బమ్భరాః

---

ఆజ్ఞేతి=అ. రాజులకు ఆజ్ఞోల్లంఘనము, బ్రాహ్మణులకు అవమానము, స్త్రీలకు వేఱుపడకయు, కత్తిలేక చంపుటయని చెప్పఁబడును.

చరన్తమ్=చేయుచున్న. వర్ణినమ్=బ్రహ్మచారిని....వధూసమేతః=స్త్రీలతో కూడుకొన్నవాఁడై.

మాకన్దే ష్వితి.—నవ ఉదయేషు=క్రొత్త యభ్యుదయముకలవైన, మాకన్దేషు =తీయమామిడిచెట్లయందు, ముదితాః=సంతోషించినవై, మాధ్వీ రస ఆస్వాదినః=

హృష్యత్పల్లవతల్లజాఙ్కురలవాస్వాదోన్మిషత్పఞ్చమా
భూపాలం రతివిభ్రమాకులతరం భూయో వితేనుః పికాః.
మన్దేన చన్దనమహీధరమారుతేన
వ్యానర్తితా నవలతాః కుసుమావతంసాః
జహ్రుర్దృశౌ చ హృదయం చ నరేశ్వరస్య
ఘ్రాణం చ భృఙ్గనినదైర్మధురైః శ్రవశ్చ.

ఏవం నానావిధతరులతోపశోభితే తస్మిన్ ప్రమదవనే సముద్దీపితరతికౌతుకో రాజా కదాచి ద్వాపీషు, కదాచిత్ కుసుమాస్తీర్ణేషు లతాగృహేషు, కదాచిత్ తరుతలేషు, కదాచి చ్చన్ద్రకాన్తమణిమయేషు సౌధేషు, సహైనాన్తఃపురవనితాభి ర్విహరన్ మహాన్తం కాల మనైషీత్.

తత్ర కశ్చి ద్బ్రహ్మచారీ కుత్రాపి తరుమూలే తపశ్చరన్ రాజానం తత్రాగతం దృష్ట్వా స్వమన స్యచిన్తయత్:—"అహో! తపః కుర్వతా మయా జన్మవృథైవ నీతమ్. స్వప్నేఽపి కిఞ్చిత్ సుఖం నానుభూతమ్. యావజ్జీవం కష్టేన కాలం నీత్వా

---

తేనెను త్రాగినవై, ఝుంకార ఏక పరాయణాః=ఝుంకారమనెడి యొకదానియందే ఆసక్తములై, బమ్భరాః=తుమ్మెదలు, విరహిణామ్=ప్రియురాండ్రను ఎడఁబాసినవారికి, మానచ్ఛిదః=ధైర్యమును ఛేదించునవిగా (ఉండినవి). హృ...మాః—హృష్యత్=మొలచుచున్నటువంటి-పల్లవ తల్లజ=శ్రేష్ఠములైన చిగుళ్లయొక్క-అఙ్కుర=మొలకలయొక్క-లవ=లేశములయొక్క - ఆస్వాద=తినుటచేత-ఉన్మిషత్=పుట్టుచున్న - పఞ్చమాః=పంచమస్వరముకలవై, పికాః=కోకిలలు, భూయః=విశేషముగా, భూపాలమ్=రాజును, రతి...తరమ్—రతి=వలపుయొక్క - విభ్రమ=విలాసములచేత- ఆకులతరమ్=మిక్కిలికలఁతపడినవానినిగా, వితేనుః=చేసినవి.

మన్దేనేతి.—మన్దేన=మెల్లనిదైన, చన్ద...తేన—చన్దన=గందపుఁజెట్లయొక్క- మహీధర=కొండయొక్క - మారుతేన=గాలిచేత, కు...సాః—కుసుమ=పువ్వులే-అవతంసాః=శిరోభూషణముగాఁగలవైన, నవలతాః=క్రొత్త తీఁగలు, వ్యానర్తితాః=నృత్య మాడింపఁబడినవై, నరేశ్వరస్య=రాజుయొక్క. దృశౌ చ=కన్నులను, హృదయం చ=మనస్సును, ఘ్రాణం చ=ఘ్రాణేంద్రియమును, జహ్రుః=హరించినవి; మధురైః=తీయని, భృఙ్గ నినదైః=తుమ్మెదల నాదములచేత, శ్రవశ్చ=చెవిని (జహ్రుః=హరించినవి.)

సముద్దీపిత=పురికొలుపఁబడిన. ఆస్తీర్ణేషు=పఱపఁబడినవైన. సౌధేషు=మేడలయందు. వనితాభిః=స్త్రీలతో. అనైషీత్=గడపెను....మృతః తపః ఫలం భోక్తా

మృత స్తపఃఫలం భోక్తేతి కోఽయం విచారః? 'విషయసుఖం సర్వ మేవ దుఃఖాను విద్ధమ్, త దవ్యయసుఖోదర్క మేవ తపః సమాచరే ది'తి మూర్ఖాణాం ప్రలపితమ్.

ఉక్తం చ: త్యాజ్యం సుఖం విషయసంగమజన్మ పుంసా
దుఃఖోపసృష్ట మితి మూర్ఖవిచార ణైషా;
వ్రీహీ నపాస్య చ సితోత్తమతణ్డులాఢ్యాన్
కః కాఙ్క్షతే తుషకణాన్ మతిమాన్ ధరిత్ర్యామ్.

త న్మహత్ కష్టం కృత్వాపి సంసారసారభూతం స్త్రీసుఖ మేవ భోక్తవ్యమ్. ఉక్తం చ:

అసారభూతే సంసారే సారః సారఙ్గలోచనా;
తదర్థం ధన మిచ్ఛన్తి, తత్త్యాగే తు ధనేన కిమ్?

తథా చ: అసారభూతే సంసారే సారభూతా నితమ్బినీ,
ఇతి సంచిన్త్య వై శమ్భు రర్ధాఙ్గే కామినీం దధౌ.”

ఇత్యాది చిన్తయిత్వా, విక్రమ శ్చాయం దైవా దత్ర సమాయాతః, త మేనం యాచిత్వా సంసారసుఖ మనుభవిష్యా మీతి నిశ్చిత్య రాజసమీప మాగత్య 'మహారాజ, చిరం జీవే' త్యాశిషం ప్రాయుఙ్క్త. రాజా త మాసనే సముపవేశ్యాపృచ్ఛత్: 'భో బ్రహ్మన్, కుతః సమాగతోఽసి?' బ్రహ్మచారీ.—“అహ మత్రైవ జగదమ్బికాపరిచర్యాం కుర్వన్ తిష్ఠామి. నిత్య మేవం పరిచరతో మే పఞ్చాశ ద్వర్షాణి వ్యతీతాని. అహం తు బ్రహ్మచారీ. అద్య నిశాయాం యామమాత్రావశిష్టాయాం దేవతా మాం స్వప్నే సమేత్య 'వత్స, త వాహం ప్రసన్నాస్మి. త్వ మిదానీం గృహస్థాశ్రమం స్వీకృత్య పుత్త్ర ముత్పాద్య పశ్చాన్మోక్షే మనో నిధేహి. అన్యథా తవ గతిర్నాస్తి. ఉక్తం చ:

ఋణాని త్రీ ణ్యపాకృత్య మనో మోక్షే నివేశయేత్;
అనపాకృత్య మోక్షం తు సేవమానః పత త్యధః.

---

ఇతి=చచ్చినవాఁడు తపస్సుయొక్క ఫలమును అనుభవించును అని. అనువిద్ధమ్=కూడుకొన్నతి. అవ్యయ సుఖ ఉదర్కమ్=తెఁగని సుఖమే ఫలముగాఁగలదైన. విషయ సంగమ జన్మ=విషయములతోడ సంయోగముచేత పుట్టువుగలదైన. ఉపసృష్టమ్=కూడుకొన్నది. వ్రీహీన్=వడ్లను. తుష=ఊఁకయొక్క. ధరిత్ర్యామ్=భూమియందు సారఙ్గలోచనా—సారఙ్గ=తుమ్మెదలవంటి, లేక లేడి (కన్నుల) వంటి - లోచనా=కన్నులుగల స్త్రీ. నితమ్బినీ = చక్కనిపిఱుదులుగల స్త్రీ. దధౌ = ధరించెను. ......పఞ్చాశత్=ఏఁబది. వ్యతీతాని=గడచినవి...ఋణా...యేత్=ఋణములను (దేవఋణ ఋషిఋణ పితృఋణములను) మూఁడింటిని తీర్చివేసి మనస్సును మోక్షము

దానశౌణ్డో విక్రమాదిత్యమహారాజ స్త్వార్థ మేవా త్రాగమిష్యతి. స తు తవ మనోరథం పూరయిష్యతీ’ త్యేవ మాది శ్యాన్తర్ధాత్. తదహం ప్రబుధ్య భవన్తమాగతం చ దృష్ట్వా సమాగతోఽస్మీ” త్యేవ మనృత మవాదీత్. తచ్ఛ్రుత్వా రాజా స్వమనస్యచిన్తయత్: “కిమేతత్ సత్యం స్యాత్? ఏవ మేతత్: దేవతా స్వప్నే నాకథయత్, అసా వేవ లోభా దనృతం వదతి. ఆస్తా మేతత్. తథాప్యయ మార్త ఇవ దృశ్యతే. సర్వథాస్య మనోరథం పూరయిష్యామి. ఉక్తం చ:

దత్త్వార్తాయ నృపో దానం, శూన్యలిఙ్గం ప్రపూజ్య చ,
పరిపాల్యాశ్రితాన్ నిత్య, మశ్వమేధఫలం భజేత్.”

ఇత్యాది విచార్య తత్ర నగర మేకం నిర్మాయ తత్ర తం సంస్థాప్య శతం విలాసినీః పఞ్చశతం తురఙ్గాన్ చత్వారింశతం రథాన్ చతుస్సహస్రం భటాంశ్చ తస్మై బ్రాహ్మణాయ దదౌ. కిం చ రాజా చణ్డికానగర మితి తస్య నగరస్య నామ చకార. తతః పరిపూర్ణమనోరథో బ్రాహ్మణః కృతోద్వాహమఙ్గళ స్తం రాజాన మాశీర్భి రభివవర్ష. రాజాపి నిజనగరం జగామ.

ఇతి కథాం సాలభఞ్జికా భోజాయ కథయామాస. భోజస్తు తాదృశ మౌదార్య మాత్మ న్యపశ్యన్ తూష్ణీం జగామ.

ఇతి షష్ఠోపాఖ్యానమ్.

---

## అథ సప్తమోపాఖ్యానమ్.

---

మధ్యేసముద్రం క్వచి దద్రిశృఙ్గే దుర్గాలయే ప్రేతకబన్ధయుగ్మం
చక్రే సజీవం పృథుసాహసేన రాజేతి సేయం ప్రతిమా బ్రవీతి.

పునరపి భోజః కదాచి చ్ఛుభముహూర్తే సముచితసన్నాహః సింహాసన మారోఢు ముపచక్రమే; తదాన్యా సాలభఞ్జికావదత్ ‘భో రాజన్, తథావిధం సాహస మౌదార్యం ధైర్యం చ యస్యాస్తి స ఏ వేదం సింహాసన మధిరోఢు మర్హతి.’
రాజా.—‘సాలభఞ్జికే కీదృశం తత్?’ సాలభఞ్జికా:—

భో రాజన్, శృణు. విక్రమాదిత్యే రాజ్యం కుర్వతి, లోకే దుర్జనః కణ్టకో

---

లో నుంపవలయును...దాన శౌణ్డః=ఈవియందు ప్రసిద్ధుఁడైన. అనృతమ్=అసత్యమును...శూన్య లిఙ్గమ్=పాడుగుడిలోని శివలింగమును. అశ్వమేధ=గుఱ్ఱపుయజ్ఞముయొక్క...ఉద్వాహ=వివాహ.

అద్రి శృఙ్గే=కొండ శిఖరమందు. ప్రేత కబన్ధ యుగ్మమ్=చచ్చినవారి మొండెములయొక్క జంటను. పృథు=గొప్ప...కణ్టకః=నీచశత్రువు. షట్ కర్మ నిరతాః=

నాస్తి. సర్వే జనాః సదాచారసంపన్నాః. బ్రాహ్మణా వేదశాస్త్రాభ్యాసాదిస్వధర్మచర్యాపరాః, షట్కర్మనిరతా శ్చ బభూవుః. సర్వ స్యాపి వర్ణస్య పాపా ద్భయం, ప్రాణిషు దయా, పరమేశ్వరే భక్తిః, దేహే నిర్మమతా, నిత్యానిత్యవస్తువిచారః, పరత్ర విషయే బుద్ధిః, వాచి సదుక్తిః, పరిపాలనే దార్ఢ్యం, హృదయే చౌదార్యమభూత్. ఏవం సర్వోఽపి లోకః పవిత్రభూతాన్తఃకరణో రాజ్ఞః ప్రసాదాత్ సుఖేనావర్తత. తస్యాం చోజ్జయిన్యాం ధనదో నామ కశ్చి దూరుజః సమభూత్. తస్య సంపదాం మర్యాదా నాస్తి. యాని వస్తూని భువనే సుదుర్లభాని తాని తత్ర సులభాని. ఏవం సకలసంపత్సమాశ్రితస్య త స్యైకదా చేతసి సర్వవస్తు ష్వనిత్యతాబుద్ధిరుదభూత్.—హన్త! నిస్సారోఽయం సంసారః. సర్వం చ వస్తుజాత మనిత్యమ్.

ఉక్తంచ: గగననగరకల్పః సంగమో వల్లభానాం
జలదపటలతుల్యం యౌవనం వా ధనం వా
స్వజనసుతశరీరాదీని విద్యుచ్చలాని
క్షణిక మితి సమస్తం విద్ధి సంసారవృత్తమ్.

తథాచ: శరణ మశరణం వా బన్ధమూలం నరాణాం
క్షణపరిచితదారా ద్వార మాపద్గణానామ్
విపరిమృశత పుత్రాః శాత్రవం సర్వ మేతత్
త్యజత భజత ధర్మం నిర్మలం పుణ్యకామాః.

అతః సంసారిణాం ధర్మ ఏవ శరణమ్. ఉక్తంచ:

ధర్మో రక్షతి రక్షితో నను హతో హన్తీహ సప్రాణినో;
హన్తవ్యో న తు యః స ఏవ శరణం సంసారిణాం సర్వదా;
ధర్మః ప్రాపయతీహ తత్పద మపి ధ్యాయన్తి య ద్యోగినో;
నో ధర్మాత్ సుహృ దస్తి నైవ చ సుఖీ నో పణ్డితో ధార్మికాత్.

---

యజన యాజన అధ్యయన అధ్యాపన దాన ప్రతిగ్రహములు అను ఆఱు కర్మలయందు ఆసక్తులు. నిర్మమతా=తనదికాదనితలఁచుట. పరత్ర విషయే=పరలోక విషయమందు. సత్ ఉక్తిః=మంచి మాట. ఊరుజః=వైశ్యుఁడు. మర్యాదా=హద్దు. భువనే=లోకములో. జాతమ్=సమూహము......గగన నగర కల్పః=ఆకాశ పట్టణము వంటిది (అసత్తయినది). వల్లభానామ్=ప్రియురాండ్రయొక్క. జలద పటల తుల్యమ్=మేఘసమూహములతో సమానమయినది. విద్యుత్=మెఱుపువలె. వృత్తమ్=స్వభావమును....శరణమ్=రక్షకము. బన్ధమూలమ్=కట్టునకుకారణము. దారాః=భార్య. పరివిమృశత=ఆలోచింపుఁడు. శాత్రవమ్=శత్రువు....హన్తి=చంపును. తత్ పదమ్=ఆస్థానమును (బ్రహ్మమును)....భుజఙ్గ పుఙ్గవ పురీ సారమ్ శర్మ=నా

ధర్మః శర్మ భుజఙ్గపుఙ్గవపురీసారం విధాతుం క్షమో;
ధర్మః ప్రాపితమర్త్యలోకవిపులప్రీతి స్తదాశంసినామ్;
ధర్మః స్వర్నగరీనిరన్తర సుధాస్వాదోదయ స్యాస్పదం;
ధర్మః కిం న కరోతి ముక్తివనితాసంభోగభాగ్యాన్తరమ్.

అపి చ: ధర్మసంగ్రహార్థ ముపార్జితం ద్రవ్యం సత్పాత్రే దాతవ్యమ్. తస్మిన్ సమర్పితం త ద్బహుగుణం భవేత్. తథా హి:

పాత్రవిశేషే న్యస్తం సౌగుణ్యం భజతి విత్త మాధాతుః,
జల మివ సముద్రశుక్తౌ ముక్తాఫలతాం పయోదబృన్దస్య.
న్యగ్రోధస్య యథా బీజం స్తోకం సుక్షేత్రభూమిగం
బహువిస్తీర్ణతాం యాతి తద్వ ద్దానం సుపాత్రగమ్.

ఇత్యాది బహుధా విచార్య శ్రోత్రియా నాహూయ, తత్సకాశా ద్దానకాణ్డోక్తాని వివిధాని దానాని శ్రుత్వా సర్వ మేవ నిజధనం సత్పాత్రేభ్యో దత్త్వా పవిత్రాన్తఃకరణః పున రపి విచారయతి స్మ.—'అహో మ ద్యైత దనుష్ఠితం దానవ్రతాదికం తదా సఫలం భవేత్, యదా ద్వారవతీం గత్వా శ్రీకృష్ణం ద్రక్ష్యామి.' ఇతి విచార్య ద్వారవతీం ప్రతి నిర్గత్య సముద్రతీరం గత్వా కఞ్చన నావిక మాహూయ సముచిత మాతరం నిర్ణీయ భిక్షుకయోగినో వైదేశికాన్ నావ మారోప్య స్వయం చారుహ్య తైః సహ ధర్మమేదురా స్తాస్తాః కథాః కథయన్ స యావ దగచ్ఛత్, తావత్ సముద్రమధ్యే కశ్చిత్ సముదీర్ణః పర్వత స్తేన దృష్టః. తత్ర మహా నేకో దేవాలయో౽దృశ్యత. ధనద స్తు దేవాలయం గత్వా భువనేశ్వరీం గన్ధపుష్పాక్షతాదిభి రుపచారై రభ్యర్చ్య నమస్కృత్య తస్యా వామభాగే ఛిన్నమస్తకం స్త్రీపురుషయుగళం దృష్ట్వా పురస్థితభిత్తిభాగే లిఖితా న్యక్షరాణి పపాఠ—'యదా కో౽పి పరోపకారీ పరమైశ్వర్యసంపన్నో ద్వాత్రింశల్లక్షణోపేతః స్వకణ్ఠరుధిరేణ భువనేశ్వరీ మర్చయిష్యతి, త దేదం స్త్రీపురుషయుగళం సజీవం భవిష్యతీ'తి. ఏవం పఠిత్వా సవిస్మయో ధనదః పున రపి నావ మారుహ్య ద్వారవతీం గత్వా శ్రీకృష్ణం దృష్ట్వా ప్రణా

---

శ్రేష్ఠునియొక్క పట్టణముయొక్క స్థిరాంశమైన సుఖమును....న్యస్తమ్=ఉంపఁబడినదై. శుక్తౌ=ముత్తెపుఁజిప్పయందు. పయోద బృన్దస్య=మేఘముల సమూహముయొక్క....న్యగ్రోధస్య=మఱ్ఱిచెట్టుయొక్క. స్తోకమ్=చిన్నది....ద్వారవతీమ్=ద్వారకాపురమునకు. ఆతరమ్=కేవును. వైదేశికాన్=పరదేసులను. ధర్మన్ మేదురా ధర్మముచేత దట్టమయిన. భిత్తి=గోడయొక్క. ద్వాత్రింశత్ లక్షణ ఉపేతః=ముప్పది రెండు మహాపురుషలక్షణములతో కూడుకొన్నవాఁడు. రుధిరేణ=రక్తముతో.

మ్యాస్తావీత్.

ఏకోఽపి కృష్ణస్య కృతః ప్రణామో దశాశ్వమేధావభృథేన తుల్యః,
దశాశ్వమేధీ పున రేతి జన్మ, కృష్ణప్రణామో న పున ర్భవాయ.

ఇత్యేవం స్తుత్వా శ్రీకృష్ణం షోడశభి రుపచారైః సంపూజ్య యద్యద పూర్వం వస్తు సమానీతం తత్ సర్వం సమర్ప్య తత్ర దినత్రయ ముషిత్వా తతో నిర్గత్య కతిపయై ర్దినై ర్నిజనగర మాజగామ. ఆగత్య చ సర్వా నపి బాన్ధవాన్ కృష్ణప్రసాదేన సంభావ్య,

రిక్తపాణి ర్న పశ్యేత్ తు రాజానం దైవతం గురుం
నైమిత్తికం విశేషేణ సుహృదం ఫలకాముకః.

తథాచ, ఇష్టాం భార్యాం, ప్రియం మిత్రం, పుత్త్రం చాపి కనీయసం,
రిక్తపాణి ర్న పశ్యేత్ తు తథా నైమిత్తికం ప్రభుమ్.

ఇతి విచిన్త్య ప్రభాతే కిమ ప్యపూర్వం ప్రాభృతం గృహీత్వా విక్రమార్కం ద్రష్టుం జగామ. గత్వా చ సవినయం కృష్ణప్రసాదం దత్త్వా తదాదిష్టే చాసనే సమాససాద. తతో రాజా యాత్రాక్షేమం పృష్ట్వా, కిం కి మపూర్వం దృష్ట మితి వణిజ మపృచ్ఛత్. సోఽపి సముద్రమధ్యోదీర్ణభువనేశ్వర్యాలయదృష్టకబన్ధవృత్తాన్త మవదత్. తచ్ఛ్రుత్వా సముపజాతకుతూహలో రాజా తేన సార్ధం ప్రాప త దపూర్వం స్థానమ్. తత్ర చ దేవతావామభాగే పతితం కబన్ధయుగళ మమశ్యత్. అపఠీ చ్చ తాన్యక్షరాణి. తదనన్తరం రాజా భువనేశ్వరీం స్తుత్వా ఖడ్గం కోశా దాకృష్య యావత్ కణ్ఠే చకార, తావత్ కబన్ధయుగళం సశిరః సజీవం చ సమభూత్. దేవ తాపి రాజ్ఞో హస్తస్థితం ఖడ్గ మాకృ ష్యాబ్రవీత్: 'భో రాజన్, ప్రసన్నాస్మి. వరం వృణీష్వ.' రా జాబ్రవీత్ 'భో దేవి, ప్రస న్నాసి యది. త ర్హ్యస్య మిథునస్య రాజ్యం దేహి.' తతో దేవీ త థేతి తస్య మిథునస్య రాజ్య మదాత్. రా జాపి ధనదేన సహ నిజపుర మాజగామ.

ఇతి కథాం కథయిత్వా సాలభఞ్జికా రాజాన మబ్రవీత్, 'ఏవం విధం సాహసాదికం త్వయి న దృశ్యతే.' తచ్ఛ్రుత్వా రాజా తతో విరరామ.

ఇతి సప్తమోపాఖ్యానమ్.

---

...ప్రణామః=నమస్కారము. న పునర్భవాయ=పునర్జన్మమును పోఁగొట్టును... ఉషిత్వా=ఉండి......రిక్తపాణిః=శూన్యమయిన చేయిగలవాఁడై (చేకానుక ఏమియు లేక). నైమిత్తికమ్=నిమిత్తముకలిగినట్టి...సమాససాద=కూర్చుండెను. సార్ధమ్=కూడ. కోశాత్=ఒరనుండి.

## అథ అష్టమోపాఖ్యానమ్.

కాశ్మీరదేశే విపులం తటాకం వణిక్కృతం పూరయితుం జలేన
బలిం ప్రదాతుం నిజకణ్ఠరక్తై రియేష రాజేతి నిగద్యతేఽద్య.

భూయోఽపి భోజరాజే యథాపూర్వ మాగచ్ఛతి, పాఞ్చాలి కాన్యా నిషిధ్య జగాద—'భోజరాజ, ఇదం పున రనన్యసాధారణ మాసనమ్; యది భవాన్ విక్రమవిశ్రుతేన సాహసాదినా భూష్యతే, తదా త్వా మనుజానామి.' రాజా, కిఞ్చి దవనతముఖః—'సాలభఞ్జికే, కథయ తస్యౌదార్యాదివృత్తాన్తమ్.' సాఽబ్రవీత్:—

భో రాజన్ శృణు. విక్రమో రాజా భూమణ్డలే ప్రవృత్తా బహువిధాః కథాశ్చారముఖేన నిరవశేషం జానన్ వసుమతీం పర్యపాలయత్. ఉక్తం చ:

గావో గన్ధేన పశ్యన్తి, వేదే నైవ ద్విజాతయః,
చారైః పశ్యన్తి రాజాన, శ్చక్షుర్భ్యా మితరే జనాః.

కించ, యో రాజా భవతి, తేన సర్వాపి లోకస్థితి ర్జ్ఞాతవ్యా. అపిచ, అర్థినః పూజనీయాః, ప్రజాః సమ్యక్ పరిపాలనీయాః, దుష్టా శ్చదణ్డనీయాః, న్యాయేన ధనోపార్జనం కర్తవ్యమ్, అర్థిషు పక్షపాతో విధేయః: ఏతా న్యేవ రాజ్ఞః పఞ్చ యజ్ఞకర్మాణి. తథా హి:

దుష్టస్య దణ్డః, సుజనస్య పూజా, న్యాయేన కోశస్య చ సంప్రవృద్ధిః,
సుపక్షపాతోఽర్థిషు, రాజ్యరక్షా, పఞ్చైవ యజ్ఞాః కథితా నృపాణామ్.

కించ: కిం దేవకార్యేణ నరాధిపస్య కృత్వా నిరోధం విషయస్థితానామ్?
త దేవ కార్యం జపయజ్ఞహోమా యేన ద్విజానాం న పతన్తి రాష్ట్రే.

ఏవం విక్రమే రాజ్యం కుర్వతి సత్యేకదా చారా భూమణ్డలం పరిభ్రమ్య రాజ్ఞః సకాశ మాగత్య రాజ్ఞా పృష్టా వ్యజిజ్ఞపన్:—

"దేవ, కాశ్మీరదేశే మహాద్రవ్యసంపన్నః కశ్చి ద్వణి గస్తి. స చ ధర్మనిరతేన చేతసా పఞ్చక్రోశవిస్తారం తటాక మేక మచీఖనత్. తన్మధ్యే కిఞ్చి ద్బిల మదృశ్య

---

ఇయేష=కోరెను. నిగద్యతే=చెప్పఁబడుచున్నది...అనన్య సాధారణమ్=ఇతరులకు చెంద నట్టిది...వసుమతీమ్=భూమిని...కోశస్య=ధనముయొక్క.

కి మితి—అ. దేశములో నున్న వారికి విరోధముచేసి దేవపూజలు చేయుటచేత రాజునకు ఏమిఫలము? దేనిచేత రాజ్యమందు బ్రాహ్మణులయొక్క జపయజ్ఞహోమములు నిలిచిపోక చక్కఁగా జరుగునో అదియే (రాజు) చేయవలసినది.

సకాశమ్=సమీపము...అచీఖనత్=త్రవ్వించెను. ఆయతనమ్=ఆలయమును,

త. తత్ర చ దేవో నారాయణః శయానః సమదృశ్యత. స తస్య చాయతనం కారయామాస. పరముదకం న లేభే. భూయోఽపి జలోద్గమనిమిత్తం వరుణ ముద్దిశ్య బ్రాహ్మణై ర్జప మకారయత్. త దపి ముధా బభూవ. తత ఏకదా ఖిన్నమానసే వణిజి తటాకతీరే సముపవిశ్య 'అహో! కేనా ప్యుపాయే నోదకం న లభ్యతే, వృథా శ్రమో జాత,' ఇతి చిన్తయతి, అధిగగన మమానుషీ కాపి సరస్వతీ సముజాయత 'భో వణిక్పుత్ర!, కిమధునా నిశ్వసిషి? మహారాజలక్షణయుక్తస్య పురుషస్య కణ్ఠరక్తేన యదా తటాకం సిచ్యతే, తదా విమలోదక మావిర్భవిష్యతి, నాన్యథే'తి. స త దాకర్ణ్య తటాకతీరే మహదన్నసత్ర మకల్పయత్. తత్ర చ భోక్తుం స్వదేశవాసినో విదేశవాసిన శ్చ జనాః సమాయయుః. తదానీం తత్ర స్థితాః వణిగాదేశకారిణో భృత్యాః విదేశవాసినాం పురత ఏవ మవదన్ 'యః కోఽపి స్వకణ్ఠరుధిరేణ తటాకం సిఞ్చతి తస్య శతభారసువర్ణం దీయత'ఇతి. తద్వచః సర్వేఽప్యశృణ్వన్, కోఽపి తత్సాహసం తు నాఙ్గీకృతవాన్. ఏవంవిధం మహ చ్చిత్రం దృష్ట మస్మాభిః.''

ఇ త్యేవం చారాణాం వచనం శ్రుత్వా విక్రమార్కః స్వయం తత్ర గత్వా బిలశయనం దేవం ప్రణ మ్యాతిమనోజ్ఞ మతివిశాలం తటాకం దృష్ట్వా విస్మితో మన స్యేవ మకరోత్:—

యది మమ కణ్ఠరక్తేన తటాకం సిఞ్చామి, త దేదం జలైః సంపూర్ణం భవేత్. అనేన చ సకలలోకానా ముపకారో భవేత్. ఇదం మమ శరీరం వర్షశత మపి స్థిత్వా సర్వథా వినాశ మేవ యాస్యతి. అతః శరీరమమత్వం న కార్యమ్. పరోపకారాయ శరీర మపి దాతవ్యమ్. ఉక్తంచ,

శత మపి శరదాం వై జీవితం ధారయిత్వా
శయన మధిశయానః సర్వథా నాశ మేతి
సులభవిపది దేహే సూరిలోకైకనిన్ద్యే
న విదధతి హి మమత్వం ముక్తికాన్తోత్సుకా స్తే.

కిం చ: సర్వ దైవ రుజాక్రాన్తం, సర్వ దైవ శుచో గృహం,
సర్వదా విపదం ప్రాప్తం, మర్త్యానాం దేహపఞ్జరమ్.
తై రేవ ఫల మాక్రాన్త మనన్తం పుణ్యకర్మణాం
యేషాం తు జన్మ న స్వార్థే యైః శరీరం పరార్థితమ్.

---

ముధా=వ్యర్థము. అధి గగనమ్=ఆకాశములో. శత భార సువర్ణమ్=నూఱు బారువుల బంగారము...శరీర మమత్వమ్=దేహముమీఁది యభిమానము...శరదామ్=సంవత్సరములయొక్క. సూరి=విద్వాంసులయొక్క. న విదధతి=చేయరు. ముక్తి=మోక్షము. ఉత్సుకాః=ఆసక్తులు,,,రుజా=రోగముచేత,,,పరార్థితమ్=ఇతరులకొఱకై

ఏవం విచార్య పురస్స్థితప్రాసాదగర్భగతజలశయనస్య విష్ణోః పూజాం విధాయ నమస్కృత్య బభాణ—'భో దేవ, జలశాయిన్, ద్వాత్రింశల్లక్షణసంపన్నస్య పురుషస్య కణ్ఠరక్తం వాఞ్ఛసి? తర్హి మమాస్య కణ్ఠరక్తస్య తృప్తో భూత్వా తటాకమేనం జలైః పరిపూరయ.' ఇతి సంప్రార్థ్య యావత్ కణ్ఠే ఖడ్గమకరోత్, తావ దేవ భగవాన్ ఖడ్గం ధృత్వా జగాద:—'వీర, తవాహం ప్రసన్నోఽస్మి. అలమనేన సాహసేన. విరమ, వరం వృణీష్వ.' రాజావదత్ 'దేవ, యది మమ ప్రసన్నో జాతోఽసి, తర్హీమం తటాకం జలైః పరిపూరయ.' దేవః.—'రాజన్, త్వమస్మాత్ స్థానా న్నిర్గత్య యావత్ పశ్చాత్ పశ్యసి, తావ జ్జలైః పరిపూర్ణ స్తటాకో భవిష్యతి.' రాజా త చ్ఛ్రుత్వా ససంభ్రమం తటాకతీర మారురోహ. తావత్ సరోఽపి జలైః పరిపూర్ణ మదృశ్యత. రాజా విక్రమార్కోఽపి తేన వణిజా స్తూయమాన స్తేన సమర్పితం శతభారసువర్ణం కస్మైచి ద్వివాహార్థినే దరిద్రాయ బ్రాహ్మణాయ దత్త్వా స్వనగర మగమత్.

ఇతి కథాం కథయిత్వా సాలభఞ్జికా రాజాన మబ్రవీత్—'భో రాజన్, త్వయ్యేవ మౌదార్యపరోపకారసాహసప్రభృతయో గుణా విద్యన్తే చేత్, తర్హ్యస్మిన్ సింహాసనే సముపవిశ.' త దాకర్ణ్య రాజా తూష్ణీం బభూవ.

ఇ త్యష్టమోపాఖ్యానమ్.

---

## అథ నవమోపాఖ్యానమ్.

---

నివార్య కాఞ్చీనగరే లతాఙ్గీం నిశాచరోపద్రవతః కదాచిత్।
చరిత్ర మాఖ్యాతవతే తదీయం దదౌ స తా మిత్యథ నాభిగన్త్రే॥

భూయోఽపి భోజమహీపాలే సకౌతుకసంభ్రమ మాగచ్ఛతి, అన్యా సాలభఞ్జికా సహాస మిద మభాషత—'దేవ, సింహాసన మారోఢుం సంభ్రమసి. దుర్లభం తే విక్రమార్కగతం సాహసౌదార్యాదికమ్. త ద్వీర మాస్మా స్మథాసముద్యమాత్.'

రాజా.—'అయి కథయ గుణా నన్యదురవాపాన్ విక్రమార్కస్య.'

సాలభఞ్జికా:—విక్రమార్కే రాజ్యం కుర్వతి, భట్టి ర్మన్త్రీ, ఉపమన్త్రీ గో

---

నది (ఇతరులకుపయోగపడునది)గా చేయఁబడినది...ప్రాసాద = దేవాలయ. స్తూయమానః = పొగడఁబడుచున్నవాఁడై.

* లతా అఙ్గీమ్ = తీఁగవంటి దేహముకలదానిని (స్త్రీని). నిశాచర = రాక్షసుని వలని. తదీయమ్ = ఆమెదైన. ఆఖ్యాతవతే = చెప్పినవానికి...దురవాపాన్ = పొంద

సాలభఞ్జికా:—విక్రమార్కే రాజ్యం కుర్వతి, భట్టి ర్మన్త్రీ, ఉపమన్త్రీ గోవిన్దః, చన్ద్రః సేనాపతిః, తస్య పుత్త్రః కమలాకరో నామ. స పితుః ప్రసాదా దనుదిన మాకణ్ఠం భుఞ్జానో వస్త్ర భూషణ తామ్బూలాదినా శరీరం సంస్కృత్య విషయసుఖ మనుభవన్ సుచిర మతిష్ఠత్. ఏకదా దుర్వృత్తం సుత మాహూయ చన్ద్రోఽవదత్.—

రే కమలాకర, బ్రాహ్మణజన్మ ప్రాప్యాపి త్వం కథ మేవం తిష్ఠసి? స్వేచ్ఛాప్రవృత్త్యాఽయ మాత్మా నానాయోనిషు జన్మ ప్రాప్నోతి. కదాచిత్ సుకృతవశా న్మనుష్య యోనిం ప్రవిశతి. తత్రాపి బ్రాహ్మణకులే జన్మ మహతా పుణ్యేన లభ్యతే. తల్లబ్ధ్వాపి త్వం దుర్వృత్తో జాతోఽసి. సర్వదా బహి రేవ సంచరసి. భోజనకాలే పరం భవన మాగచ్ఛసి. అనుచిత మేవం కరోషి. అన్యచ్చ, త వాయం విద్యాభ్యాసకాలః. అస్మిన్ కాలే విద్యాం యది నాభ్యస్యసి, త దుత్తరత్ర తవ మహాన్ సంతాపో భవిష్యతి.

ఉక్తఞ్చ: యే బాలభావే న పఠన్తి విద్యాం కామాతురా యౌవననష్టచిత్తాః
తే వృద్ధభావే పరిభూయమానా దహన్తి గాత్రం శిశిరే యథాబ్జమ్.

తథా చ: యేషాం న విద్యా న తపో న దానం న చాపి శీలం న గుణో న ధర్మః
తే మర్త్యలోకే భువి భారభూతా మనుష్యరూపాః పశవ శ్చరన్తి.

అత్ర హి పురుషస్య న విద్యాయాః పరం భూషణం ధనం వాస్తి. తథా చ:

విద్యా నామ నరస్య రూప మధికం, ప్రచ్ఛన్నగుప్తం ధనం,
విద్యా భోగకరీ, యశః సుఖకరీ, విద్యా గురూణాం గురుః,
విద్యా బన్ధుజనో విదేశగమనే, విద్యా పరా దేవతా,
విద్యా రాజసు పూజితా న హి ధనం, విద్యావిహీనః పశుః.

తథా చ: కిం కులేన విశాలేన విద్యాహీనస్య దేహినః?
అకులీనోఽపి విద్యావాన్ దైవతైరపి పూజ్యతే.

అన్యచ్చ, వత్స, యావ దహం జీవామి, తావ దేవ త్వయా విద్యాభ్యసనీయా; అన్యథా తు దుష్ప్రాప్యైవ సా. అభ్యస్తా తు సా తవ సకల మపి బన్ధుకృత్యం కరిష్యతి.

ఉక్తఞ్చ: మాతేవ రక్షతి, పితేవ హితే నియుఙ్క్తే,
కాన్తేవ చాభిరమయ త్యపనీయ ఖేదమ్,
కీర్తిం చ దిక్షు వితనోతి, తనోతి లక్ష్మీం,
కిం కిం న సాధయతి కల్పలతేవ విద్యా?—

---

రానివానిని.... నానా యోనిషు=నానా జంతువులయందు. దుర్వృత్తః=చెడ్డనడవడిక కలవాఁడవు.... పరిభూయమానాః=అవమానింపఁబడుచున్నవారై. శిశిరే అబ్జం యథా=చలికాలమునందు కమలము వలె.... ప్రచ్ఛన్నగుప్తమ్=అగపడకుండ దాఁపఁబడిన...దు

ఏవం పితృవచనం శ్రుత్వా పశ్చాత్తాపపరిభూతః కమలాకరో 'యదాహం సర్వజ్ఞో భవిష్యామి తదా పితృముఖం ద్రక్ష్యామీ' తి ప్రతిజ్ఞాయ స్వయం కాశ్మీరదేశం గత్వా తత్ర చన్ద్రమౌళిభటనామాన ముపాధ్యాయ ముపసృత్య సవినయం ప్రణమ్య 'భోః స్వామిన్, మూర్ఖోఽహం భవత్సకాశా ద్విద్యాభ్యాసం కర్తు మాగతోఽస్మి. పరం ప్రసీద. యథాహ మమితజ్ఞో భవేయం తథా విధాతు మర్హతి స్వామీ.' ఇతి పునః ప్రాణంసీత్. ఉపాధ్యాయ శ్చైన మఙ్గీచకార. కమలాకర శ్చ గురుం శుశ్రూషమాణః పపాఠ. ఉక్తం చ,

గురుశుశ్రూషయా విద్యా, పుష్కలేన ధనేన వా,
అథవా విద్యయా విద్యా, చతుర్థా న్నోపలభ్యతే.

ఏవ మప్రమాదం శుశ్రూషమాణస్య తస్య కాలో మహా నతిచక్రామ. అనన్తర మేకదా తూపాధ్యాయ స్తస్య కృపాతరఙ్గితాన్తరఙ్గః సిద్ధసారస్వతమన్త్ర ముపదిదేశ. తేన చోపదేశేన సర్వజ్ఞో భూత్వా కమలాకరః కృతార్థ మాత్మానం మత్వా సప్రదక్షిణప్రణామ ముపాధ్యాయ స్యానుజ్ఞాం గృహీత్వా పితృదర్శనలాలసః స్వనగరం ప్రత్యాగచ్ఛన్ మార్గవశాత్ కాఞ్చీనగర మగమత్.

తత్ర చానన్యసాధారణరూపసంపన్నా నరమోహినీ నామ కాచి ద్వనితాస్త. య స్తాం పశ్యేత్ స కామజ్వరపీడితః పర మున్మాదావస్థాం ప్రాప్నుయాత్. యః పున రనయా విహృత్య తస్మి న్నేవ తల్పే నిద్రా మనుభవేత్, తస్య రుధిరం విన్ధ్యాచలనివాసీ కశ్చి ద్రాక్షసో నిరవశేషం పీత్వా తం మారయేత్. కమలాకరోఽప్యేతత్ కౌతుకం తత్ర దృష్ట్వా నిజనగర మాజగామ. ఆగతే చ కుమారే జనకః పరం ననన్ద.

పరేద్యు రేవ కమలాకరః పిత్రా సహ రాజానం ద్రష్టుం గత్వా,

'పాణ్డుపఙ్కజసంలీనా మనుపాళీ ర్మనోహరాః
యో బిభర్తి విధే రాత్మా స తనోతు శుభం తవ.'

ఇతి విక్రమార్కా యాశిష మవదత్. ఆస్థాయ చ సముచిత మాసన మాత్మనః కలావైదగ్ధ్య మదర్శయత్. రాజా తు తం వస్త్రాభరణాదినా సంభావ్య పప్రచ్ఛ: 'భోః కమలాకర, కుత్ర వ్యచరః? కిం కి మద్భుత మద్రాక్షీః?' కమలాకరః— 'అహం తు బహూన్

---

ష్ప్రాపా=పొందరానిది....అమితజ్ఞః=అమితము నెఱిఁగినవాఁడను. ప్రాణంసీత్=నమస్కరించెను....కృపా తరఙ్గిత అన్తరఙ్గః=దయచేత అలలుగలదైన మనస్సుకలవాఁడై. లాలసా=గొప్పకోరిక. ఉన్మాద=వెఱ్ఱి. అచల=పర్వత.

పాణ్డ్వితి=(దం.) తెల్లబామరయందు దాఁగిన తుమ్మెదల సమూహములను చక్కనివానిని ఏది ధరించుచున్నదో బ్రహ్మయొక్క స్వరూపము అది చేయుఁగాక మేలును నీకు.

ఆస్థాయ=కూర్చుండి. కలా వైదగ్ధ్యమ్=శాస్త్రజ్ఞానమును. భాషిత మధునా=

దేశాన్ వ్యచరమ్. పున రాగచ్ఛన్ కాఞ్చీనగరేఽద్భుత మేక మపశ్యమ్.' రాజా.—'తత్ కిం కథయ.' కమలాకర స్త దద్భుత మాచచక్షే. రాజా.—'కమలాకర, త ర్హ్యాగచ్ఛ తత్ర గచ్ఛావ.' తత స్తేన సహ రాజా కాఞ్చీనగర మాగత్య నరమోహిన్యాః సాతిశయం రూపం దృష్ట్వా విస్మయం ప్రాప్య తస్యా గృహం ప్రవివేశ. సాఽపి తౌ రాజార్హేణోపచారేణ ముదితహృదయా కృత్వా సవినయ మేవం వ్యజిజ్ఞపత్: 'దేవ, ధన్యాఽస్మి. పవిత్ర మభూ దిదం భవనం, యతో భవచ్చరణకమలధూళీభూషిత మజాయత. అద్య భోజనపరిగ్రహేణ జన మిమం కృతార్థయతు దేవః.' రాజా.—'ఇదానీ మే వాహం భుక్త్వా సమాగతోఽస్మి; శ్రుతిసుఖేన భాషితమధు నైవ తుష్టోఽస్మి.' తత స్తయా దత్తాం వీటికాం జగ్రాహ. ఇత్థం రాత్రౌ ప్రహరోఽతీయాయ. నరమోహినీ తు సుష్వాప. ద్వితీయే ప్రహరే రాక్షసః సమాగత్య నరమోహినీం మఞ్చేసుప్తా మేకాకినీం దృష్ట్వా జగామ. రాజా తు రాక్షసం కేశే గృహీత్వా కృపాణేన కణ్ఠ మచ్ఛినత్. తతః కోలాహలం శ్రుత్వా నరమోహినీ ప్రబుధ్య హతం రాక్షసం విలోక్య సంతుష్టా రాజాన మస్తావీత్:—'దేవ, తవ ప్రసాదా దహం నిర్భయా జాతాఽస్మి. అద్య ప్రభృతి మమ రాక్షసోపద్రవో నివృత్తః. యుష్మత్కృతా దుపకారాత్ కథ మహ ముత్తీర్ణా భవేయమ్? అతస్త్వా మనుసరామి. య దాజ్ఞాపయతి దేవ స్త దాచరితు మియ మాయత్తాఽస్మి.' రాజా.—'యది మ యోక్తం కరిష్యసి, త ర్హ్యముం కమలాకరం భజస్వ.' తతః సా నరమోహినీ కమలాకర మభజత్. విక్రమోఽప్యుజ్జయినీ మగమత్.

ఇమాం కథాం కథయిత్వా సాలభఞ్జికా రాజానం భోజ మవదత్—'భో రాజన్ త్వ య్యేవ మౌదార్యం ధైర్యం పరోపకారశ్చ విద్యన్తే చేత్ త ర్హ్యస్మిన్ సింహాసన ఉపవిశ.' త చ్ఛ్రుత్వా రాజా తూష్ణీ మతిష్ఠత్.

ఇతి నవమోపాఖ్యానమ్.

---

## అథ దశమోపాఖ్యానమ్.

---

కదాపి కేనాపి మునీశ్వరేణ మృతే రభావాయ ఫలం ప్రదత్తం
కుష్ఠాభిభూతాయ దదౌ ద్విజాయ స విక్రమో భూప ఇతీహ వక్తి.

పునరపి రాజా భోజో యావత్ సింహాసన మారురుక్షత్, తావద న్యా పాఞ్చాలికా ప్రాహ 'భో రాజన్, విక్రమ స్యౌదార్యాదిగుణా యస్య విద్యన్తే స ఇదం

---

మాటల తేనెచే. వీటికామ్=తాంబూలమును. ప్రహరః=జాము. అతీయాయ=గడ[illegible]
సుష్వాప=నిద్రపోయెను. మఞ్చే=మంచమందు.

హాసన మారోఢు మలమ్.' భోజః.—'సాలభఞ్జికే, కథయ తస్యౌదార్యాదివృత్తాన్తమ్.'
సాఽబ్రవీత్:—భో రాజన్, శ్రూయతామ్.

విక్రమార్కే సింహాసన మిద మాస్థాయ విశ్వమ్భరాం పాలయతి, యోగీ కశ్చి దుజ్జయినీం ప్రత్యాగచ్ఛత్. స చ వేదవేదాఙ్గాదిసకలశాస్త్రవిచక్షణః. కిం బహునా, తత్సదృశోఽన్యో నాస్తి. స సాక్షాత్ సర్వజ్ఞ ఏవ. ఏకదా విక్రమో రాజా తస్య ప్రసిద్ధిం నిశమ్య త మాహ్వాతుం పురోహితం త్రివిక్రమం ప్రేషయామాస. స చ తదన్తికం గత్వా నమస్కృత్యాబ్రవీత్: 'భోః స్వామిన్, రాజా విక్రమో భవన్త మాహ్వయతి, తత్రాగచ్ఛతు భవాన్.' యోగీ.—"రాజదర్శనే నాస్మాకం కి మస్తి ప్రయోజనం?

ఆశాసీమహి భిక్షాన్న, మాశావాసో వసీమహి,
శయీమహి మహీపృష్ఠే, కుర్వీమహి కి మీశ్వరైః?

అన్యచ్చ: నిస్స్పృహో నాధికారీ స్యా, న్నాఽకామీ మణ్డనప్రియః,
నాఽవిదగ్ధః ప్రియం బ్రూయాత్, స్ఫుటవక్తా న వఞ్చకః."

పురోహిత స్త దాకర్ణ్య రాజసమీప మాగత్య న్యవేదయత్. తతో రాజా స్వయ మేవ తత్సందర్శనార్థ మాగత్య ప్రణమ్య తదాజ్ఞ యోపవిష్ట స్తేన సహ నానావిధాధ్యాత్మ కథాః కుర్వ న్నేకదా త మపృచ్ఛత్: 'భోః స్వామిన్, తవ కతి వర్షాణి జాతాని?' యోగీ.—'కి మేవం పృచ్ఛసి? నీతివిదా పురుషేణ స్వ స్యాయు ర్న కథనీయ మితి కిం నాశ్రౌషీః? అన్య చ్చ, యస్తు యోగీశ్వరః స కాలం వఞ్చయిత్వా సుచిరం జీవతి. ఆస్తా మేతత్. యది త్వం సాధయితుం ప్రభవసి, తర్హి మన్త్ర మేక ముపదిశామి.' రాజా.—'కిం తేన లభ్యేత?' యోగీ.—'తేన మన్త్రేణ జరామరణవర్జితో భవిష్యసి.' రాజా.—'తర్హ్యుపదిశతు స్వామీ, కథ మపి సాధయామి.' తతో యోగీశ్వరో రాజ్ఞే మన్త్ర ముపదిశ్య, 'అముం మన్త్రం బ్రహ్మచర్యేణ వర్ష మేకం సంజప్య దూర్వాఙ్కురై

---

ఆశాసీమహి=కోరుదుము. ఆశావాసః=దిక్కులనెడువస్త్రమును, వసీమహి=ధరింపుదుము. మహీ పృష్ఠే=(ఉత్త) నేలమీఁద, శయీమహి=పరుందుము. ఈశ్వరైః=ప్రభువులతో, కిం కుర్వీమహి=ఏమిచేయుదుము: అనఁగా ప్రభువులతో మా కేమియు పనిలే దనుట.

నిస్స్పృహః అధికారీ న స్యాత్=ఆశలేనివాఁడు పూనికగలవాఁడు కాఁడు. అకామీ మణ్డనప్రియో న=కామములేనివాఁడు అలంకారప్రియుఁడు కాఁడు. అవిదగ్ధః=నేర్పులేనివాఁడు.

అధ్యాత్మకథాః=బ్రహ్మసంబంధమయిన ప్రస్తావములను. యది ప్రభవసి=సమర్థుఁడ వేని. దూర్వా అఙ్కురైః=గరిక చిగుళ్ళతో. వజ్రకాయః=వజ్రమువంటి (దృఢ

హోమం విధేహి. తతః పూర్ణాహుతి సమయే హోమకుణ్డాత్ కశ్చిత్ పురుషః ఫలహస్తో నిర్గత్య ఫలం దాస్యతి. త దుపయుజ్య జరామరణవర్జితో వజ్రకాయో భవిష్యసి.' ఇ త్యుక్త్వా త మామన్త్ర్య యథేచ్ఛం జగామ. రాజా త్వుజ్జయినీం సమయా హాయన మేకం బ్రహ్మచర్యేణ మన్త్రం సంజప్య దూర్వాదళై ర్హుత్వా పూర్ణాహుతి మకరోత్. తావ ద్ధోమకుణ్డాత్ కశ్చిత్ పురుషో నిర్గత్య దివ్య మేకం ఫలం రాజ్ఞే దదౌ. రాజాపి తత్ఫలం గృహీత్వా కృతకృత్యః పురం ప్రవిశ్య రాజమార్గే సమాగచ్ఛన్ కుష్ఠవ్యాధినా విశీర్ణ సర్వావయవం కఞ్చన బ్రాహ్మణ మద్రాక్షీత్. స చ రాజాన ముపసృత్య కృపణ మవాదీత్:—"దేవ, రాజా నామ బ్రాహ్మణానాం లోకస్య చ మాతాపితృవ త్పరిరక్షితవ్యః. ఉక్తం చ:

రాజా బన్ధు రబన్ధూనాం, రాజా చక్షు రచక్షుషామ్,
రాజా పితా చ మాతా చ, రాజా చార్తిహరో గురుః

త్వం తు విశ్వ స్యార్తిం పరిహరసి. అనేన వ్యాధినా మమ శరీరం నశ్యతి. శరీరనాశా దనుష్ఠానం నశ్యతి. సర్వ స్యాపి ధర్మకార్యస్య శరీర మేవ సాధనమ్. ఉక్తం చ:

అయి క్రియార్థం సులభం సమిత్కుశం? జలా న్యపి స్నానవిధిక్షమాణి తే?
అపి స్వశక్త్యా తు తపః ప్రవర్తతే? శరీర మాద్యం ఖలు ధర్మసాధనమ్."—

రాజా.—'కిం తే మనోగతమ్? కి మహం కరవాణి? నిశ్శఙ్కం కథయ.' బ్రాహ్మణః.—'మ మైత చ్ఛరీరం యథా నిరామయ మనుష్ఠానయోగ్యం భవేత్ తథా విధాతు మర్హతి భవాన్.' రాజా తస్య బ్రాహ్మణస్య వచనం శ్రుత్వా తస్మై తత్ఫలం దదౌ. తతో బ్రాహ్మణః పర మతుష్యత్. రాజాపి స్వభవనం జగామ.

ఇతి కథాం కథయిత్వా సాలభఞ్జికా భోజరాజ మబ్రవీత్ 'భో రాజన్, త్వయ్యేవ మౌదార్యం విద్యతే చేత్ తర్హాస్మిన్ సింహాసన ఉపవిశ.' తచ్ఛ్రుత్వా రాజా తూష్ణీం బభూవ.

ఇతి దశమోపాఖ్యానమ్.

---

## అథైకాదశోపాఖ్యానమ్.

---

శైవాలశైలనిలయం పిశితాశనేన్ద్రం విప్రాన్ పలాశనికనిలయాన్ [illegible]
శ్రుత్వా తతః సపది తా న్విబుధా నరక్షద్ రాజేతి వక్తి మహసాం ప్రతిమా నృపాణామ్.

---

మయిన) దేహముకలవాఁడవు. ఉజ్జయినీం సమయా=ఉజ్జయినికి సమీపమునందు. హాయనమ్=సంవత్సరము. విశీర్ణ=శిథిలమయిన....అయి=ఓయి. సమిత్ కుశమ్=సమిధలు కుశలును. క్షమాణి=యోగ్యములు..., నిరామయమ్=రోగరహితము.

పున రపి రాజా భోజః సింహాసనే శుభముహూర్తే యావ దుపవేష్టు మాజగామ, తావ దన్యా పాంచాలికా పు రేవ నివారయమాస. రాజాబ్రవీత్ 'అయి పాంచాలికే, యది జానీషే కథయ తస్య ధైర్యాదివృత్తాన్తమ్.' సాబ్రవీత్, మహీపాల, శ్రూయతామ్.—

విక్రమే రాజ్యం కుర్వతి, భూమణ్డలే దుర్జనః పిశున స్తస్కరః పాపకర్మా వా న కోఽప్యాసీత్. కిం చ, యస్య రాజ్ఞః సర్వదా రాజ్యచిన్తా మన్త్రివిచారః స్వతో బలవదరివిజయోపాయవిచార శ్చ, స కేవలం చిన్తాపరత్వా ద్దివారాత్రం నిద్రా మపి న యాతి. ఉక్తం చ:

అర్థాతురాణాం న గురు ర్న బన్ధుః, కామాతురాణాం న భయం న లజ్జా,
చిన్తాతురాణాం న సుఖం న నిద్రా, క్షుధాతురాణాం న రుచి ర్న కాలః.

ఏష పున ర్విక్రమో రాజా నైవ మభూత్. సర్వా న్ప్రత్యర్థిభూభుజః స్వపాదపద్మాక్రాన్తా న్విధాయ నిజాజ్ఞాపరతన్త్రం రాజ్య మకరోత్. ఉక్తం చ:

ఆజ్ఞామాత్రఫలం రాజ్యం, బ్రహ్మచర్యఫలం తపః,
జ్ఞానమాత్రఫలా విద్యా, దత్తభుక్తఫలం ధనమ్.

ఏకదా రాజా రాజ్యభారం మన్త్రిషు నిధాయ స్వయం యోగివేషేణ దేశాన్తరం ప్రతి నిర్జగామ. నిర్గత్య చ యత్ర స్వచిత్తస్య సుఖ మభూత్ తత్ర కతిచి ద్దినా న్యతిష్ఠత్, యత్రాశ్చర్యం తత్రాఽపి కఞ్చిత్ కాల మనయత్. ఏవం పర్యటత స్తస్యైకదా క్వాపి మహారణ్యే సూర్యోఽస్తంజగామ. రాజా తు కిఞ్చన వృక్షమూల మాశ్రిత్యోపవిష్టః. తస్యోపరి వృక్షే చిరజీవీ నామ కశ్చిత్ పక్షిరాజ స్తస్థౌ. తస్య పుత్త్రాః పౌత్త్రాశ్చ ప్రాత ర్దేశాన్తరం గత్వా స్వోదర మాపూర్య సాయం ప్రత్యేక మేకైకం ఫలం గృహీత్వా తస్మై చిరజీవినే ప్రతిదినం దిశన్తః సుఖ మూషుః. సాధు చేద ముచ్యతే:—

వృద్ధౌ చ మాతాపితరౌ సాధ్వీ భార్యా సుతః శిశుః
అప్యకార్యశతం కృత్వా భర్తవ్యా మను రబ్రవీత్.

అథైకదా రాత్రౌ చిరజీవీ సుఖోపవిష్టః సర్వా న్పక్షిణోఽపృచ్ఛత్. రాజాపి వృక్ష

---

పిశితాశన ఇన్ద్రమ్=రాక్షస శ్రేష్ఠుని. ఘసన్తమ్=తినుచున్న వానిని. ధరణీవిబుధాన్=భూదేవతలను అనఁగా బ్రాహ్మణులను....పిశునః=కొండెగాఁడు. అరి=శత్రువులయొక్క.... ప్రత్యర్థి భూభుజః=శత్రు రాజులను....పర్యటతః=తిరుగుచున్న. దిశన్తః=ఇచ్చువారై. ఊషుః=ఉండిరి....సాధ్వీ=పతివ్రత....నిరన్తర చిత్తే=ఎడము లేని

మూల మాశ్రిత్య తద్వచనం శృణ్వ న్నాస్త. చిరజీవీ.—'భోః పుత్త్రాః, పరితః పర్యటన్తో భవన్తః కి మద్భుత మద్రాక్షుః?' తత్ర పటుచక్షు ర్నామ కశ్చిత్ ప్రాహ :'అహం కి మప్యాశ్చర్యం నాద్రాక్షమ్. అపి తు పరేద్యు ర్మమ మహ ద్దుఃఖం భవిష్యతి. చిరజీవీ.—'భోః పుత్త్ర, యః సుహృదే స్వదుఃఖం నివేదయతి స సుఖీ భవతి. తథాహి:

సుహృది నిరన్తరచిత్తే గుణవతి భృత్యేఽనువర్తిని కళత్రే
స్వామిని సౌహృదచిత్తే నివేద్య దుఃఖం సుఖీ భవ త్యేవ.'

త దాకర్ణ్య పటుచక్షు రాత్మదుఃఖ మకథయత్:—

తాత, శ్రూయతామ్. అస్త్యుత్తరదేశే శైవాలకో నామ పర్వతః. తత్సమీపే పలాశనగరం నా మాగ్రహారోఽస్తి. తత్ర చ పర్వతే కశ్చిద్రాక్షసః ప్రతిదినం నగరమార్గాగతాన్ జనాన్ బలాత్ పర్వతం నీత్వా భక్షయన్ వసతి స్మ. ఏకదా తు జనాః 'భో రాక్షస, యథేచ్ఛం సమ్ముఖాగతం పురుషం మా భక్షయ. వయం తుభ్య మేకైకం పురుషం ప్రతిదిన మాహారార్థం దాస్యామః.' ఇ త్యభ్యయాచన్త. సోఽప్యేత దఙ్గీచకార. అనన్తరం మహాజనాః ప్రతిదినం గృహక్రమే ణైకైకం పురుషం తస్మై ప్రాయచ్ఛన్. ఏవం మహా నతిచక్రామ కాలః. అద్య మమ పూర్వజన్మనిమిత్తభూతస్య బ్రాహ్మణస్య బలివాసరః సంప్రాప్తః. తస్య హ్యేక ఏవ పుత్త్రః. యది తం దద్యాత్ తదా సంతతివిచ్ఛేదో భవేత్. య ద్యాత్మాన మేవ ప్రయచ్ఛతి, తదా భార్యా శతవృద్ధా విధవా భవతి. వైధవ్యం పున ర్మహ ద్దుఃఖ మబలానామ్. తథా చ రామాయణే-

పతిహీనా తు యా నారీ కామం భవతు పుత్త్రిణీ
ధనధాన్యైః సుపూర్ణాఽపి విధ వే త్యుచ్యతే బుధైః.

త దేత ద్దుఃఖం మయి సంక్రామతి.—

తస్య వచనం శ్రుత్వా త త్రాన్యే పతఙ్గా నిజగదుః:—సఖే సజ్జనస్య దుఃఖేన తవ దుఃఖం యుక్త మేవ. ఉక్తం చ:

సుఖిని సుఖీ సుహృది సుహృ ద్దుఃఖిని దుఃఖీ చ సజ్జనో భవతి,
ఉదయతి ముదితః కామం శశిని సముద్రోఽస్త మయతి చ క్షీణః.

---

(భేదములేని) మనస్సుగలవాఁడైన. కలత్రే=భార్యయందు (భార్యకు). సౌహృద=స్నేహ.... అభ్యయాచన్త=ప్రార్థించినారు. ప్రాయచ్ఛన్=ఇచ్చినారు. శతవృద్ధా=నూఱేండ్లముసలిది. సంక్రామన్తి=తగులును....పతఙ్గా నిజగదుః=పక్షులు చెప్పినవి. ...శశిని ఉదయతి=చంద్రుఁడు ఉదయించుచుండఁగా. కామమ్=మిక్కిలి. అస్తమ్ అయతి=అస్తమించుచుండఁగా.

క్షీరే ణాత్మగతోదకాయ హి గుణా దత్తాః పురా తేఽఖిలాః,
క్షీరోత్తాప మవేక్ష్య తేన పయసా హ్యాత్మా కృశానౌ హుతః;
గన్తుం పావక ముద్గతం త దభవ ద్దృష్ట్వా స్వమిత్రాపదం,
యుక్తం తేన జలేన శామ్యతి సతాం మైత్రీ పున స్త్వీదృశీ.

ఇతి పక్షిణాం సల్లాపం శ్రుత్వా విక్రమార్క స్తం పర్వత మయాత్. తత్ర చ వధ్యశిలాం నిరీక్ష్య తత్సమీపస్థితే సరోవరే స్నాత్వా వధ్యశిలాయా ముపవివేశ. తత్రాన్తరే రాక్షసోఽపి సమాగత్య తత్ర ప్రహసితవదనం రాజాన మాసీనం దృష్ట్వా విస్మితః పప్రచ్ఛ 'భోమహాసత్త్వ, కో భవాన్? కుతః సమాగమత్? యః పున రత్ర శిలాయా ముపవిశతి, స మా మదృష్ట్వాపి భయా న్మ్రియేత; త్వం పున ర్మహాభాగ్యసంపన్నః స్మేరాననో దృశ్యసే. అన్యచ్చ, యస్య మరణకాలః సన్నిధత్తే స గ్లానిం భజతి. త్వం పున రధికాం కాన్తిం ప్రాప్య హససి.' రాజా.— 'సఖే, తవ కి మనేన విచారేణ? మయా పరార్థ మేవ శరీరం ధ్రియతే. య దాత్మనః సమీహితం తత్ కురు.' నిశాచర స్తు రాజ్ఞః సౌజన్య మాలోక్య మన స్యేవ మచిన్తయత్. "అహో! సాధు రయమ్. య దాత్మనః సుఖభోగేచ్ఛాం విహాయ పరదుఃఖ మసహమానః స్వశరీరం జిహాసతి. ఉక్తం చ: త్యక్త్వాత్మసుఖభోగేచ్ఛాం సర్వసత్త్వసుఖైషిణః

భవన్తి పరదుఃఖేన సాధవోఽత్యన్తదుఃఖితాః."

ఇత్యేవం విచిన్త్య రాజాన మబ్రవీత్:—"భో మహాపురుష, యతః పరార్థం శరీరం ప్రయచ్ఛసి, తత స్తవైవ జీవితం శ్లాఘ్యమ్:

---

ఆత్మగత ఉదకాయ=తనయం దున్న నీటికి. కృశానౌ=అగ్నియందు. తత్=ఆక్షీరము. శామ్యతి=ఆఱుచున్నది. క్షీరేణేతి— (దం.) పాల చేత తనయందున్న నీటికి ఆ గుణము లన్నియు పూర్వము ఇయ్యఁబడినవి. ఆనీటిచేత పాలయొక్క కాఁగుటను చూచి తనస్వరూపమే అగ్నిలో హోమముచేయఁబడినది. తనమిత్రముయొక్క యాపదను చూచి ఆక్షీరము నిప్పులో పడుటకు లేచినది ఆయెను. యుక్తముగా ఆ నీటిచేత ఆఱుచున్నది. సాధువులయొక్క చెలిమి యైననో మఱి ఇట్టిది.—ఇందుల తాత్పర్యమే మనఁగా—పాలు తమగుణము లన్నిటిని నీళ్ళ కిచ్చినవి. పాలు కాఁగునప్పుడు పాలకు కలిగిన యాతాపమును చూడనేరక నీళ్ళు నిప్పుచేత ఆవిరియైపోయినవి. తమమిత్రములయిన నీళ్ళకు కలిగిన యాయాపదను చూడలేక పాలుసైతము నిప్పులో పడుటకు పొంగినవి. పాలకు కలుగనున్న యాయాపదను చూడలేక (పొంగుమీఁద చల్లిన) నీరు ఆపొంగును చల్లార్చినది. సజ్జనులయొక్క చిత్తము ఇట్లే పరదుఃఖముచేత దుఃఖమును పొందుచుండును.

మహాసత్త్వ=సుఖదుఃఖములయందు మనోవికారము పొందక ఏకరీతిగా నుండు మహాధీరుఁడా. మ్రియేత=చచ్చును. స్మేర ఆననః=నవ్వుచున్న ముఖముగలవాఁడవుగా. సమీహితమ్=కోరిక. అసహమానః=ఓర్వనివాఁడై. జిహాసతి=త్యజింపఁగోరుచున్నాఁడు....సర్వ సత్త్వ సుఖ ఏషిణః=సకలప్రాణులకు సుఖమును కోరువారు....పరాత్

జీవ త్యేవ పశు శ్చాపి కేవలం స్వోదరమ్భరిః,
త స్యైవ జీవితం శ్లాఘ్యం యః పరార్థే తు జీవతి.

అథ వా భవాదృశాం పరోపకారిణా మేతత్ చిత్రం న భవతి. ఉక్తం చ:

కి మత్ర చిత్రం యత్ సన్తః పరానుగ్రహతత్పరాః,
న హి స్వదేహశైత్యార్థం జాయన్తే చన్దనద్రుమాః.

సఖే, నూన మనే నోపకారేణ త్వం సర్వాః సంపదః ప్రాప్నుహి. తథా చాహుః—

పరోపకారవ్యాపారపరో యః పురుషో భువి
స సంపదః సమాప్నోతి పరా దపి చ యాః పరాః.
పరోపకారనిరతా యే స్వర్గసుఖనిఃస్పృహాః
జగద్ధితాయ జనితాః సాధవ స్త్వీదృశా భువి.”

ఏవ మభిధాయ రాజానం పున రబ్రవీత్ ‘వయస్య, త వాహం తుష్టోఽస్మి; వరం వృణీష్వ.’ రాజా.—“యది ప్రసన్నో జాతోఽసి, త హ్యద్య ప్రభృతి మనుష్యభక్షణం పరిత్యజ; అత్రత్యాన్ విప్రాన్ మృత్యుభయాత్ పరిత్రాయస్వ; [illegible] తాన్ పశ్య. త థాహుః ప్రాజ్ఞాః:

మరిష్యామీతి య ద్దుఃఖం పురుష స్యోపజాయతే
శక్య స్తే నానుమానేన పరోఽపి పరిరక్షితుమ్.

అన్యచ్చ: యథా చ తే జీవిత మాత్మనః ప్రియం, తథా పరేషా మపి జీవితం ప్రియమ్;
సంరక్ష్యతే జీవిత మాత్మనో యథా, తథా పరేషా మపి రక్ష జీవితమ్.”

ఇతి రాజ్ఞా నిరూపితః సోఽపి రాక్షస స్తదా ప్రభృతి ప్రాణివధం పరిత్యాక్షీత్. రాజా విక్రమోఽపి కృతార్థో భూసురాన్ ప్రణమ్య తై రభినన్దితః స్వనగర మగమత్.

ఇ తీమాం కథాం సాలభఞ్జికాకథితా మాకర్ణ్య భోజ స్తూష్ణీం[illegible] నిజా న్తఃపుర మయాసీత్.

ఇ త్యేకాదశోపాఖ్యానమ్.

---

## అథ ద్వాదశోపాఖ్యానమ్.

---

కు త్రాపి వేణువిపినే రజనీచరేణ
క్రే సాపి రాత్రిషు పరం వ్యథితాం రసన్తీం

---

అపి చ యాః పరాః=పైదానికంటెను ఏవి పైవో....వయస్య=చెలికాడా.... మానేన=ఊహచేత....అభినన్దితః=ఆశీర్వదింపబడినవాడై. ప్రియ=[illegible]

తన్వీం రరతు వినిహత్య త మేష రాజే
త్యేనాం కథాం కథయతి ప్రతి మాద్య రమ్యామ్.

భూయో೭ప్యేకదా భోజే భూమిపాలే సింహాసన మారోఢు మాయా త్యపరా సాలభఞ్జికా జగాద: ‘ఏత త్సింహాసనం విక్రమార్కస్య. త స్యౌదార్యం ప్రథమ మాకర్ణ్యానన్తర ముపవిశ.’ భోజః—‘కథయ త స్యౌదార్యమ్.’ సాబ్రవీత్, శ్రూయతామ్.

విక్రమార్కే రాజ్యం కుర్వతి, తస్య నగరే భద్రసేనో నామ వణి గాసీత్. తస్య పురన్దరో నామ పుత్రో೭భూత్. తస్య భద్రసేనస్య సంపదాం పరిచ్ఛేదో నాదృశ్యత. స తు పరం వ్యయశీలో నాసీత్. తత శ్చిరా ద్భద్రసేనే మృతే పురన్దరః పితుః సర్వస్వం ప్రాప్య కాలోచితం త్యాగం కర్తు ముపాక్రమత. అథైవంవిధ మేనం ధనదో నామ సుహృ దభాషత:—“సఖే పురన్దర, వణిక్పుత్రో భూత్వాపి మహాక్షత్రియకుమార ఇవ వ్యయం కరోషి. ఏత ద్వణిక్కులసంభవస్య నోచితమ్. వణిక్పుత్రేణ కాకిణ్యాపి ద్రవ్యసంగ్రహః కర్తవ్యః. పరం వరాటికాయా అపి వ్యయో న కర్తవ్యః. ఉపార్జితం ద్రవ్యం కస్యాఞ్చి దాపది పురుష స్యోపకుర్యాత్.

ఉక్తఞ్చ: ఆపదర్థం ధనం రక్షే, ద్దారాన్ రక్షే ద్ధనై రపి,
ఆత్మానం సతతం రక్షే, ద్దారై రపి ధనై రపి.”

ఇత్యేత ద్ధనదవచనం శ్రుత్వా పురన్దరః ప్రాహ—“సఖే ధనద, సముపార్జితం స ద్విత్తం కస్యాఞ్చి దాప ద్యుపయోగాయ భవ తీతి యో వదతి స విచారశూన్యః. యదా త్వాపదః సమాయాస్యన్తి, త దోపార్జితం ధన మపి నశ్యతి, అతో వివేకినా పురుషేణ గతే೭ర్థే శోకో న కార్యః. నాప్యాగామినో೭ర్థస్య చిన్తా. పరం వర్తమాన మేవ విచారణీయమ్. తథా చోక్తమ్:

గతే శోకో న కర్తవ్యో, భవిష్య న్నైవ చిన్తయేత్,
వర్తమానేషు కార్యేషు, వర్తన్తే హి విచక్షణాః.

తథా య ద్భవితవ్యం త దనాయాసేన భవిష్యతి. య ద్గన్తవ్యం త దపి గమిష్యతి.

ఉక్తం చ: భవితవ్యం భవ త్యేవ నారికేళఫలామ్బువత్,
గన్తవ్యం గచ్ఛతి సదా గజభుక్తకపిత్థవత్.

తథా చ: నహి భవతి య న్న భావ్యం, భవతి హి భావ్యం వి నాపి యత్నేన;
కరతలగత మపి నశ్యతి, యస్య హి భవితవ్యతా నాస్తి.”

ఏతేన పురన్దరవచనేన నిరుత్తరీభూతో ధనద స్తూష్ణీ మాసీత్. తతః పురన్దరః పిత్ర్య

---

వేణువిపినే=వెదురు టడవిలో. రజనీచరేణ=రాక్షసునిచేత. రుదన్తీమ్=ఏడ్చుచున్నదానిని.

పరిచ్ఛేదః=పరిమితి. వరాటికా=గవ్వ. ఆగామినః=రాబోవునట్టి....భావ్యమ్

ద్రవ్యం సర్వం వ్యయ మనయత్. తదా నిరర్థకం పురన్దరం బన్ధుమిత్రాదయో న సమాయన్తి స్మ. తేన సహ గోష్ఠీ మపి నాకుర్వత. తదా పురన్దరః స్వమన స్యచిన్తయత్:— "యావ ద్ధస్తే ధన మాసీత్, తావ దేవ సర్వే మిత్రాదయో మా మసేవన్త; ఇదానీం మయా సహ గోష్ఠీం న కుర్వన్తి. నీతి రియం సత్యా; యస్యార్థా స్తస్య మిత్రాణీతి.

యస్యార్థా స్తస్య మిత్రాణి, యస్యార్థా స్తస్య బాన్ధవాః;
యస్యార్థాః స పుమాన్ లోకే, యస్యార్థాః స చ పణ్డితః.
పుంసి క్షీణధనే న బాన్ధవజనః పూర్వం యథా వర్తతే;
స్థిత్యా కేవలయా స్థితః పరిజనః సచ్ఛన్దతాం గచ్ఛతి;
లోలత్వం సుహృద శ్చ యాన్తి బహుశః; కిం వాపరై ర్భాషితైః?
ర్భార్యాయా అపి భూతలే స్ఫుట మహో! నై వాదర స్తాస్పృశః.

తథా చ: యస్యాస్తి విత్తం స నరః కులీనః, స పణ్డితః, స శ్రుతవాన్, గుణజ్ఞః,
స ఏవ వక్తా, స చ దర్శనీయః, సర్వే గుణాః కాఞ్చన మాశ్రయన్తి.

అన్యచ్చ: అపవయతోఽపి హి ధనినో బన్ధుసహస్రం భవేత్ పదస్థస్య;
భ్రష్టధనస్య హి సతతం బన్ధు రపి ముఖం న దర్శయ త్యేవ.

తథా చ: వనాని దహతో వహ్నేః సఖా భవతి మారుతః;
స ఏవ దీపనాశాయ; కృశే క స్యాస్తి సౌహృదమ్?

తథా చ: దారిద్ర్యాయ నమ స్తుభ్యం; సిద్ధోఽహం త్వత్ప్రసాదతః;
సర్వం పశ్యామి దేవేశ; న మాం పశ్యతి కశ్చన.

అన్యచ్చ: మృతో దరిద్రః పురుషో, మృతో యాగ స్త్వదక్షిణః,
మృత మశ్రోత్రియే దానం, మృతం మైథున మప్రజమ్."

ఇత్యేవం విచార్య పురన్దరో దేశాన్ పరిభ్రమన్ హిమాచలసమీపస్థం [illegible] మేక మగమత్. తస్య నాతిదూరే వేణూనా మతిగహన మేకం వన మభూత్. స్వయం తన్నగరాభ్యన్తరం ప్రవిశ్య రాత్రౌ కస్యచి ద్గేహా బహి ర్వేదికాయాం సుష్వాప. అర్ధరాత్రసమయే వేణువనమధ్యే రుదత్యాః కస్యాశ్చి దబలాయా హాహాకారోఽభూత్. కి మేత దితి పురన్దరే దత్తకర్ణే తిష్ఠతి, "భో మహాజనా, మాం పరిత్రాయధ్వం, మే[illegible] కోఽపి రాక్షసో మాం మారయతీ"తి వర్ణావళి రశ్రూయత. తతః ప్రభాతసమయే

= కావలసినది....లోలత్వమ్ = చపలత్వము....అపనయతః=పంపి వేయువాఁడైనను. పద స్థస్య=ఉచితదశలో నున్న....కృశే=చిక్కినవానియందు (పేదయందు)....సిద్ధః=సిద్ధుఁడను (...సిద్ధులు మనుష్యులకంటికి అగపడరు)....అతి గహనమ్=బొత్తిగా చొరరానిదైన. వేదికాయామ్=అరఁగుమీఁద. పరిత్రాయధ్వమ్=రక్షింపుఁడు. వ[illegible] ఆవళిః=అక్షర పంక్తి అనఁగా మాట....అనయః=గడిపినాఁడవు. అశ్రూయత=వినఁబ

సవిస్మయం పురన్దర స్తన్నగరవాసినో జనా నపృచ్ఛత్. జనాః.— 'అత్ర వేణువన మధ్యే ప్రతిదిన మేవం రాత్రౌ రోదనధ్వనిః శ్రూయతే. పరం తు కోఽపి భయా న్న గచ్ఛతి, న విచారయతి చ.' ఇతి జనై ర్విదితవృత్తాన్తః పురన్దర స్తతో నిష్క్రమ్య స్వేచ్ఛయా కఞ్చిత్ కాలం పరిభ్రమ్య స్వనగర మాగత్య రాజాన మద్రాక్షీత్.

రాజా చ 'వత్స, పురన్దర, దేశాన్ పర్యటన్ బహూని దివసా న్యనయః. అతి మహతా చానేన సమయేన కిం కి మద్భుత మద్రాక్షీః? కిం కి మశ్రౌషీః?' ఇ త్యపృచ్ఛత్. పురన్దర స్తు వేణువనవృత్తాన్త మకథయత్. త త్కౌతుకం శ్రుత్వా తేన సహ తన్నగర మవగాహ్య నిశీథే మధ్యేవన మాక్రన్దనధ్వని మాకర్ణ్య కృపాణపాణిః స్వయ మేక ఏవ తదరణ్యం వివేశ. తత్ర చాతికరుణం రుదతీ మనాథాం మానుషీం పీడయ న్తం రాక్షస మేక మపశ్యత్. అబ్రవీ చ్చ 'రే పాపిష్ఠ, స్త్రియ మనాథాం కిమర్థం మారయసి?' రాక్షసః.— 'తవ కి మనేన విచారేణ? యథాగత మపసర. అన్యథా త్వ మపి వృథైవ మరిష్యసి.' అన న్తర ముభయో ర్వివాదో మహా నభూత్. తతో రాజా కృపాణ ముత్కృష్య రాక్షసం జఘాన. హతే చ తస్మిన్, ఛిన్నమూల ఇవ మహీరుహే నిపతితే, ప్రహృష్టా సా వనితా ససంభ్రమం సమాగత్య రాజ్ఞః పాదయో ర్నిపత్య బభాణ:'స్వామిన్, తవ ప్రసాదా న్మమ శాపావసాన మాసీత్. మహతో దుఃఖసాగరా దుద్ధృ తాస్మి.' రాజా-'కా త్వం, కుత స్త్వా మేష పాపీయా నపీడయత్? కియతా కాలే నైవంవిధా మవస్థా మనుభవసి?' వనితా.— "దేవ, విజ్ఞాపయామి. అస్మి న్నేవ నగరే మహాధనసంపన్నః కశ్చి ద్బ్రాహ్మణోఽభూత్. తస్య భా ర్యాహం వ్యభిచారిణీ. మమ తస్మిన్ ప్రీతిలేశోఽపి నాసీత్. తస్య తు మ య్యతిమహా ననురాగోఽవర్తత. రూపలావణ్యసంప న్నాహం తేన సంభోగార్థ మసకృ ద్యాచితాఽపి నైచ్ఛమ్. తథా యావజ్జీవం కామసంతప్తో మే పతి ర్దేహావసానసమయే మా మశపత్-'అయి దురాచారే, త్వ మేవ మమ మృతే ర్మూల మసి. య దేవం మమ మనోరథం వితథ మకార్షీః, అనుభవ త దద్య ప్రభృతి తత్ఫలమ్. వేణువనవాసీ కశ్చి ద్రాక్షసో భయఙ్కరరూపో రాత్రౌ త్వా మనిచ్ఛన్తీ మపి బలా దాకృష్య సురతార్థం ప్రతిదినం పీడయిష్యతి.' ఇతి శ స్త్వా మయా సపాదపతన మభియాచితో 'యదా పరోపకారీ మహైశ్వర్యసంపన్నః కశ్చి న్మహాపురుషః సమాగత్య తం రాక్షసం మారయిష్యతి, తదా తవ శాపావసానం భవిష్యతీ' త్యుక్త్వా తను మత్యాక్షీత్. తదా ప్రభృతి భవదాగమన మభికాఙ్క్షన్తీ దైవా దద్య భవ తాహం శాపా న్మోచి తాస్మి. అద్య మమ ప్రాణాః శరీరా న్నిర్గమిష్యన్తి.

---

యొక్క. అపసర=పొమ్ము. జఘాన=కొట్టెను. మహీరుహః=చెట్టు. బభాణ=చెప్పెను. ఉద్ధృతా=లేపఁబడినదానను. లావణ్య=కాంతి. వితథమ్=వ్యర్థము. సపాదపతనమ్=పాదములమీఁదపడి.

మమ నవఘటపరిపూర్ణం సువర్ణ మస్తి. త ద్వృథా యాస్యతి. త్వం త ద్గృహాణే-తి ధనస్థానం రాజ్ఞే నివేద్య సా ప్రాణా నత్యజత్. రాజాపి త న్నవఘటపరిపూర్ణం సువర్ణం పురన్దరాయ వణిజే దత్త్వా తేన స హోజ్జయినీ మవాప.

ఇతి కథాం కథయిత్వా సాలభఞ్జికా రాజానం భోజ మబ్రవీత్-'భో రాజ, న్నేవంవిధ మౌదార్యం ధైర్యం వా కిం త్వ మాత్మని పశ్యసి?' రాజా త చ్ఛ్రుత్వా తూష్ణీం బభూవ.

ఇతి ద్వాదశోపాఖ్యానమ్.

## అథ త్రయోదశోపాఖ్యానమ్.

నద్యాః పూరా ద్విప్ర మేకం సభార్యం తీరం నీత్వా తద్వితీర్ణం చ పుణ్యం
దత్త్వా విప్రం మోచయామాస కశ్చి ద్రక్షోరూపా దేష ఇ త్యస్య శక్తిః.

పున ర ప్యేకదా సింహాసనసమారురుక్షా సమాగతం భోజభూపతి మపరా ప్రతిమా జగాద.—రాజన్, ప్రథమం విక్రమార్కదేవ స్యౌదార్య మాకర్ణయ. యది రోచతే తదన న్తర ముపవిశ. శ్రూయతామ్:

ఏకదా విక్రమార్కో రాజ్యం మన్త్రివర్గే నిధాయ స్వయం భూమికా న్తరతిరోహితః పృథివీపర్యటనాయ నిశ్చక్రామ. నిర్గత్య చ ప్రతినగరం త్రీణి త్రీణి దివసాని గమయ న్నేకదా నగర మేక మగమత్. తన్నగరసమీపనదీతటస్థితే దేవాలయే సర్వే మహాజనాః కస్మా దపి పౌరాణికాత్ పురాణం శృణ్వ న్తీతి నిశమ్య రాజా నద్యాం స్నాత్వా దేవాలయం గత్వా దేవం నమస్కృత్య మహాజనసమీపే స్వయ ముపవిశ్య పురాణశ్లోకా నేతా నశృణోత్:—

అనిత్యాని శరీరాణి, విభవో నైవ శాశ్వతః,
నిత్యం సన్నిహితో మృత్యుః, కర్తవ్యో ధర్మసంగ్రహః.
శ్రూయతాం ధర్మసర్వస్వం య దుక్తం శాస్త్రకోటిభిః-
పరోపకారః పుణ్యాయ, పాపాయ పరపీడనమ్.
యో దుఃఖితాని భూతాని దృష్ట్వా భవతి దుఃఖితః
సుఖితాని సుఖీ చాపి స ధర్మా త్మేతి శ్రూయతే.
నాతో భూయ స్తరో ధర్మః కశ్చి ద స్త్యస్తి దేహినః

---

తత్ వితీర్ణమ్=ఆయనచేత ఇయ్యఁబడిన....భూమికాన్తర=మారువేషముచేత. తిరోహితః=తెలియఁబడనివాఁడై....సన్నిహితః = దగ్గఱనున్నది. భూతాని= జంతువులను.

ప్రాణినాం భయభీతానా మభయం యత్ ప్రయచ్ఛతి.
వర మేకస్య సత్త్వస్య ప్రదానం జీవితస్య తు,
న చ విప్రసహస్రేభ్యో గోసహస్రం దినే దినే.
అభయం సర్వభూతేభ్యో యో దదాతి దయాపరః
తస్య దేహవిముక్తస్య క్షయ ఏవ న విద్యతే.
హేమధేనుధనాదీనాం దాతారః సులభా భువి,
దుర్లభః పురుషో లోకే సర్వజీవదయాపరః.
మహతా మపి యజ్ఞానాం కాలేన క్షీయతే ఫలం,
ఫల స్యాభయదానస్య క్షయ ఏవ న విద్యతే.
దత్త మిష్టం తప స్తప్తం తీర్థయాత్రా శ్రుతం తథా
సర్వా ణ్యభయదానస్య కలాం నార్హన్తి షోడశీమ్.
చతుస్సాగరపర్యన్తాం యో దద్యా ద్వసుధా మిమాం
య శ్చాభయం చ భూతేభ్య స్తయో రభయదోఽధికః.
అధ్రువేణ శరీరేణ ప్రతిక్షణవినాశినా
ధ్రువం యో నార్జయే ద్ధర్మం స శోచ్యో మూఢచేతనః.
యది ప్రాణ్యుపకారాయ దేహోఽయం నోపయుజ్యతే,
తతః కి మపకారోఽస్య ప్రత్యహం క్రియతే నృభిః?
ఏకతః క్రతవః సర్వే సమగ్రవరదక్షిణాః
ఏకతో భయభీతస్య ప్రాణినః ప్రాణరక్షణమ్.
పరోపకారవ్యాపారపరో యః పురుషో భువి
స సంపదం సమాప్నోతి పరా దపి చ యా పరా.—

ఏవం పురాణశ్లోకకథనసమయే కశ్చి ద్బ్రాహ్మణః పత్న్యా సహ నదీ ముత్తితీర్షు ర్నదీ మవగాహ్య మహాపూరేణ నీయమానో హాహాకారం కుర్వన్ నదీతటే పురాణశ్రవణతత్పరాన్ మహాజనా నుద్దిశ్యైవ మవాదీత్ —'భో భో మహాజనా, త్రాయధ్వం; త్రాయధ్వమ్; వృద్ధః సపత్నీకో బ్రాహ్మణోఽహం నదీప్రవాహే ముహు ర్ముహు ర్నిమజ్జ న్నేష జీవితం త్యక్ష్యామి. యః కోఽపి సత్త్వాధికో ధార్మికో మమ సభార్యస్య ప్రాణాన్ దదాతు.' ఇతి ప్రార్థయమానస్య దీనధ్వనిం శ్రుత్వా మహాజనాః

---

దత్తమితి=(దం.) దానము; యజ్ఞము, చేసినతపస్సు, తీర్థయాత్ర, వేదము, (ఇవి) అన్నియు) అభయదానముయొక్క పదునాఱవభాగమునకయినను తగవు.... అభయదః=అభయమిచ్చువాఁడు.... అధ్రువేణ=అనిత్యమయిన....నృభిః = మనుష్యులచేత. ...పత్న్యా=భార్యతో. ఉత్తితీర్షుః=దాఁటఁగోరినవాఁడై. అవగాహ్య=దిగి. త్యక్ష్యా

సర్వేఽపి సదయ మపశ్యన్. న కోఽపి త స్యాభయం దాతుం ప్రబభూవ. ప్రవాహాత్ త ముత్కూలయితుం కోఽపి న శశాక. తతో విక్రమార్కో రాజా 'మా భైషీరి' తి ధీర ముద్ఘుష్య నదీమధ్యం ప్రవిశ్య పత్న్యా సహ తం బ్రాహ్మణం మహాపూరాదాకృష్య తట మానినాయ. రాజన్, తస్య క్రియా నానన్దః స్యా దితి భవా నేవ విచారయతు. బ్రాహ్మణోఽపి స్వస్థః సన్ రాజాన మవదత్:—"భో మహాపురుష, మమైత చ్ఛరీరం పురా పితృభ్యా మజనిష్ట. తతోఽస్య గాయత్ర్యా ద్వితీయం జన్మ. ఇదానీం భవత స్తృతీయం జన్మ ప్రాప్తమ్. అతః, ప్రాణదానా న్మహోపకారిణ స్తవాహం కి ముపకరిష్యా మీతి యది విరమామి, మమ జీవితం ము ధైవ స్యాత్. అతో యథాశ క్త్యుపకరోమి, ప్రతిగృహాణ. గోదావ ర్యుదకమధ్యే ద్వాదశ వర్షాణి నామత్రయమ న్త్రి మజపమ్. తత్పుణ్యం తుభ్యం దీయతే. అన్య చ్చ, యత్ కృచ్ఛ్రచాన్ద్రాయణాదినా సంపాదితం సుకృత మస్తి, తత్ సర్వం గృహాణ." ఇ త్యుక్త్వా రాజ్ఞే తత్ సమగ్రం పుణ్యం సమ ర్ప్యాశిషం దత్త్వా పత్న్యా సహ బ్రాహ్మణో నిజస్థానం జగామ.

అస్మిన్నేవ సమయే భీషణః కోఽపి బ్రహ్మరాక్షసో రాజసమీప మాజగామ. బ్రాహ్మణాః సంభ్రాన్తా స్త మపశ్యన్. రాజాపి తం దృష్ట్వాపృచ్ఛత్ 'భో మహాపురుష, క స్త్వమ్? కుతః సమాగచ్ఛసి?' రాక్షసః.—"అహ మత్రైవ నగరే బ్రాహ్మణః కశ్చిద్దుష్ప్రతిగ్రహజీవీ దుర్యాచనాపర శ్చ. తథా విద్యాగర్వాత్ సర్వాన్ వృద్ధా నసకృదవమానయమ్. తత్పాతకవశా దస్మత్పురస్థితేఽశ్వత్థపాదపే బ్రహ్మరాక్షసో భూత్వా నియుతం వర్షాణి తిష్ఠామి. అద్య భవతో రుభయో ర్గోష్ఠీ మాకర్ణ్య సమాగతోఽస్మి. యతో నిర్విశేషం సర్వేషా ముపకరోషి, త న్మమా ప్యుపకర్తు మర్హసి." రాజా.—'కిం వాఞ్ఛసి?' రాక్షసః.—'ఇదానీం బ్రాహ్మణేన తుభ్యం యత్ సుకృతం దత్తం, త న్మహ్యం దీయతాం, తేన పుణ్యే నాహ మస్మా ద్దోషా దుత్తీర్ణో భవిష్యామి.' రాజా తదానీ మేవ నిశ్శఙ్కం తస్మై తత్పుణ్యం దదౌ. సోఽపి తేన పుణ్యేన తస్మాత్ పాపజన్మనో నివృత్తో దివ్యరూపధరః సన్ రాజానం ప్రశస్య దివం జగామ. రాజాపి తత్రత్యాన్ మహాపురుషా నాపృచ్ఛ్య స్వనగర మగమత్.

ఇతి కథాం సాలభఞ్జికా కథయామాస. భోజోఽపి త దాకర్ణ్య విఫలమనోరథో జగామ.

ఇతి త్రయోదశోపాఖ్యానమ్.

---

మి=వదలనున్నాను. ఉత్కూలయితుమ్=గట్టునకు చేర్చుటకు. కృచ్ఛ—చాన్ద్రాయణ=ఇవి వ్రతవిశేషములు.... అశ్వత్థ పాదపే=రావి చెట్టునందు. నియుతమ్=పదిలక్షలు. అపృచ్ఛ్య=సెలవు పుచ్ఛుకొని.

## అథ చతుర్దశోపాఖ్యానమ్.

కస్మా దపి మునివర్యా చ్ఛివలిఙ్గం కిఞ్చి దేష సంగృహ్య
ఆగచ్ఛ న్విప్రాయ ప్రాదా దితి సాలభఞ్జికా వదతి.

భూయోఽపి కదాచన భోజే రాజని సింహాసన మారోఢు మభిలషతి, అపరా పాఞ్చాలికా వ్యాజహార. వామన ఇవ వృక్షాగ్రస్థితం ఫల, మిద మధిగన్తు మభిలషసి; ఆకర్ణయ విక్రమార్క స్యౌదార్యమ్.

ఏకదా విక్రమో రాజా పృథ్వీమధ్యే కస్మి న్స్థానే కి మాశ్చర్య మస్తి, కా వార్తా, కిం తీర్థం, కో వా దేవతావాసో,ఽస్తీతి విలోకయితుం తపస్వివేషేణ పరిభ్రమ న్నగర మేక మగమత్. తన్నగరసమీపే తపోవన మేక మదృశ్యత. తస్మి న్నేకా నదీ ప్రవహతి స్మ. తత్ర జగదమ్బికామహాప్రాసాదోఽభూత్. రాజాపి తత్ర నదీజలే స్నాత్వా దేవతాం సప్రదక్షిణం ప్రణమ్య తతో నిర్జగామ. తత్రాన్తరేఽవధూతవాసా నామ కశ్చి ద్యోగీ తత్రాగత్య కృతప్రణామం రాజాన మన్వయుఙ్క్త—'కో భవాన్?' తదా రాజా.—'అధ్వనీనోఽహం కోఽపి తీర్థయాత్రాశీలః.' యోగీ.—'న త్వం విక్రమార్కః? ఏకదా త్వా ముజ్జయిన్యా మపశ్యమ్. అతోఽహం త్వాం జానామి. కిమర్థ మాగతోఽసి?' రాజాబ్రవీత్ 'స్వామిన్, వసుమతీం పరిభ్రమేయ మితి మహ త్యుత్కణ్ఠా సమభూత్. తేన చ సర్వ మాశ్చర్యం విలోక్యతే, భవాదృశానాం మహతాం సందర్శన మపి భవిష్యతీ' తి. అవధూతవాసా అబ్రవీత్: 'రాజన్, తత్ తాదృశం రాజ్యం పరిత్యజ్య కథం దేశాన్తరం పరభ్రమసి? కుతోఽపి మధ్యే వికృతి శ్చేత్ కిం కరిష్యసి?' రాజా.—'అహం సర్వ మపి రాజ్యభారం మన్త్రిహస్తే నిధాయ సమాగచ్ఛమ్.' అవధూతవాసాః.—"అయే త్వయా నీతిశాస్త్రవిరోధః క్రియతే. ఉక్తం చ:

నియోగిహస్తార్పితరాజ్యభారా స్తిష్ఠన్తి యే స్వైరవిహారధీరాః
బిడాలబృన్దార్పితదుగ్ధభాణ్డాః స్వపన్తి తే మూఢధియః క్షితీన్ద్రాః.

అన్య చ్చ, రాజ్యం స్వవశంవద మభూ దితి నోపేక్షణీయమ్. స్వాయత్త మపి పునః సుదృఢం కర్తవ్యమ్. తథా చోక్తమ్:

---

అన్వయుఙ్క్త=ప్రశ్న చేసెను. అధ్వనీనః=బాటసారిని. ఉత్కణ్ఠా=కోరిక. వికృతిః=వికారము, రాజ్యాపాయము....నియోగి=ఉద్యోగస్థులయొక్క. స్వైరవిహారధీరాః=స్వేచ్ఛగా తిరుగుటయందు చొరవగలవారు. దుగ్ధ=పాలయొక్క....వశంవదమ్=స్వాధీనము.

కృషి ర్విద్యా వణి గ్భార్యా ధనం సామ్రాజ్యసంపదః
కర్తవ్యం సుదృఢం సర్వం కృష్ణసర్పముఖం యథా."

తచ్ఛ్రుత్వా రాజా బభాణ:—"భగవన్, సర్వ మేత త్త్వయా మమ కథితం [illegible]. కింతు, దైవ మేవ సర్వస్య మూలమ్. సుస్థితేఽపి రాజ్యే సత్యా [illegible] సంపన్నేఽపి పౌరుషే దైవవైముఖ్యా న్నరః పరిభూయతే. తథా హి:

నేతా యస్య బృహస్పతిః, ప్రహరణం వజ్రం, సురాః సైనికాః,
స్వర్గో నిగ్రహదుర్గమః ఖలు, హరే రైరావణో వారణః,
ఇ త్యాశ్చర్యబలాన్వితోఽపి బలభి ద్భగ్నః పరైః సంగరే;
త ద్వ్యక్తం, నను దైవ మేవ శరణం, ధి గ్ధి గ్వృథా పౌరుషమ్!

తథా చ: నై వాకృతిః ఫలతి, నైవ కులం, న శీలం,
విద్యాపి నైవ, న చ యత్నకృతాపి సేవా,
భాగ్యాని పూర్వతపసా కిల సంచితాని
కాలే ఫలన్తి పురుషస్య, యథైవ వృక్షాః.

అపి చ: యే నాఖణ్డలదన్తిదన్తముసలా న్యాకుణ్ఠితా న్యాహవే,
ధారా యేన పినాకపాణిపరశో శ్చాకుణ్ఠితా చాహవే,
జాయా దాశరథేః ప్రభావవసతేః సంక్లేశితా జానకీ,
దైత్యః సోఽపి హతో; విధి ర్హి బలవాన్; లోకై రలజ్ఘ్యః ఖలు.

వృథో[illegible] దైవ మేవ నిధాన మితి కిం స్వామీ న జానాతి?

భగ్నాశస్య కరణ్డపిణ్డితతనో మ్లానేన్ద్రియస్య క్షుధా
కృత్వాఖు ర్వివరం స్వయం నిపతితో నక్తం ముఖే భోగినః;

---

నేతా=నడపించువాఁడు. ప్రహరణమ్=ఆయుధము. నిగ్రహదుర్గమః=[illegible] లేని ప్రవేశింపరానిది. హరేః=ఇంద్రునికి. బలభిత్=బలాసురుని చంపిన యింద్రుఁడు. సంగరే=యుద్ధమందు. ధిక్=ఛీ.

యేనేతి=(వం.) ఎవనిచేత ఇంద్రుని యేనుఁగుయొక్క కోఱలనెడి [illegible] ములు యుద్ధములో కంపఁబడినవో, ఎవనిచేత పినాకమను విల్లు చేతియందుగల శివుని గండ్రగొడ్డలియొక్క మొక్కవోని యంచు కొట్టఁబడినదో, మహానుభావులగు శ్రీరాములవారియొక్క భార్య జానకి ఎవనిచేత బాధింపఁబడినదో, అటువంటి [illegible] సైతము చంపఁబడినాఁడు. ఏల యనఁగా దైవము బలముగలది; లోకులచేత [illegible] మయినది కాదు గదా.

భగ్నాశస్యేతి(=వం.) భంగముపొందిన యాశకలదైన—బుట్టలో [illegible] కొన్న దేహముగలదైన—శోషించిన యింద్రియములుగలదైన—ఆఁకటిచే, చెడి ఎలుక [illegible]

తృప్త స్తత్పిశితేన సత్వర మసౌ తే నైవ యాతః పథా;
స్వస్థా స్తిష్ఠత, దైవ మేవ హి పరం వృద్ధౌ క్షయే కారణమ్.

అన్యచ్చ: అరక్షితం తిష్ఠతి దైవరక్షితం; సురక్షితం దైవహతం వినశ్యతి;
జీవేత్ త థాన్ధో౽పి వనే విసర్జితః; కృతప్రయత్నో౽పి గృహే న జీవతి.

అపి చ, భగవన్, శ్రూయతామ్. రాజశేఖరో నామ రాజా కశ్చి దాసీత్. స చైకదా మన స్యేవ మకరోత్—'యో మమ తరుతలనివాసినో రాజ్య మదిశత్. స ఏవ రాజ్యం నిర్వహతు.' ఇతి నిస్పృష్టభారే రాజని, దేవః స్వయం వైరిణో నిర్జిత్య రాజ్య మకణ్టక మకరోత్.'

ఇతీమాం కథాం కథయతి వసుంధరాధినాథే, తపస్వీ ప్రహృష్ట స్తస్మై కాశ్మీరలిఙ్గ మేకం దత్త్వా బభాణ 'భో రాజన్, ఏతత్ కాశ్మీరలిఙ్గం చిన్తామణి రివ చిన్తితాని వస్తూని దదాతి; తస్మా దేతత్ సాధు పూజయ.' రాజా బాఢ మితి తం ప్రణమ్య త దాదాయాగచ్ఛన్ నగరమార్గే కఞ్చన బ్రాహ్మణ మపశ్యత్. స చ రాజాన ముద్దిశ్య,

'పాతు వో గిరిజా మాతా యస్య ద్వాదశలోచనః;
తథైవ గిరిజామాతా ద్వాదశార్ధార్ధలోచనః.'

ఇత్యాశిష ముక్త్వాబ్రవీత్.— 'రాజన్, మమ సుచిరాభ్యర్చితం శివలిఙ్గం కేనా ప్యపహృతమ్. త్రిచతురై ర్దివసై రహ ముపవసామి. అనారాధ్య లిఙ్గం న భక్షయేయమ్. య దీదం లిఙ్గం దాస్యసి, తర్హి కృతార్థో భవిష్యామి.' రాజా తు త చ్ఛ్రుత్వా తస్మై తల్లిఙ్గం దత్త్వా నిజా న్తఃపురం జగామ.

ఇతీమాం కథాం భోజః శ్రుత్వా నాహ మర్హ మితి విరరామ.

ఇతి చతుర్దశోపాఖ్యానమ్.

---

క్కను స్వయముగా పడినది రాత్రి నోటిలో పాముయొక్క. తృప్తిపొందినదై ఆ యెలుకయొక్క మాంసముచేత త్వరగా ఆపాము దానిచేతనే వెడలిపోయెను మార్గముచేత; స్వస్థులుగా ఉండుఁడు; అదృష్టమే ఉత్కృష్టమైనది వృద్ధియందును క్షయమందును కారణము. అ. ఒకానొక పాము ఆసయుడిగి ఆఁకటిచేత ఇంద్రియములు సొమ్మసిల్లి పాములబుట్టలో చుట్టచుట్టుకొని పడియుండఁగా, రాత్రివేళ ఎలుకయొకటి (అబుట్టలో తనకు తిండి యేమయిన నుండునని తలఁచి) అబుట్టను కొఱికి బొక్క చేసికొని దూఱి ఆపాము నోటఁ బడెను. ఆయెలుకను తిని తనివిపొందినదై ఆపాము ఆబొక్కగుండనే వెలికి పోయినది. స్వస్థముగా నుండుఁడు, మేలు కీళ్లకు అదృష్టమే ముఖ్యకారణము.

అకణ్టకమ్=క్షుద్రశత్రురహితముగా....వసుంధరాధినాథః=రాజు.

పాత్వితి=(దం.) రక్షించునుగాక మిమ్ములను పార్వతి తల్లి ఎవనికో (ఆ) పన్నెండుకన్నులవాఁడు (కుమారస్వామి); అప్రకారమే పర్వతముయొక్క యల్లుఁ

## అథ పఞ్చదశోపాఖ్యానమ్.

నగర్యాం కస్యాఞ్చి ద్విబుధవనితాయా స్తు [illegible]
కటాక్షే సమ్మగ్నో జ్వలనపరితప్యత్తిలసే
ఉదస్తం య స్తస్యాః సమపద దముష్మై ప్రియతమా—
దదౌ వేనా మేష క్షితిపతి రితి స్వాదు [illegible]తి.

అథైకదా యథాపూర్వం సింహాసన మారోఢు మాగచ్ఛతి ధా[illegible] [illegible] కా న్యా విహస్య రాజాన మభాణీత్.—కథమివ భూపౌ [illegible] ద్యాపి సమాకర్ణయ తస్య విక్రమస్య మహౌదార్యమ్:

విక్రమే రాజ్యం కుర్వతి తస్య పురోహితో వసుమిత్రో నామ. [illegible] పవాన్, సకలకలాభిజ్ఞః, రాజ్ఞోఽత్యన్తం ప్రియతమః, పరోపకారీ. [illegible] మహాధనసంపన్న శ్చ. తస్య చైవంవిధస్య చేత స్యేవం బుద్ధి రభూత్ :—

ఉపార్జితానాం పాపానాం గఙ్గాస్నానా దృతే [illegible]

తపసా బ్రహ్మచర్యేణ యజ్ఞై స్త్యాగేన వా పునః
గతిం న లభతే జన్తు ర్గఙ్గాం సంసేవ్య తు వ్రజేత్.
స్నాతానాం శుచిభి స్తోయై ర్గాఙ్గేయై ర్నియతాత్మనాం
పుష్టి ర్భవతి యా పుంసాం న సా క్రతుశతై రపి.
అపహృత్య తమ స్తీవ్రం యథా యాత్యుదయం [illegible]
త థాపహృత్య పాపాని భాతి గఙ్గాజలాప్లుతః.
అగ్నిం ప్రాప్య యథా సద్య స్తూలరాశి ర్వినశ్యతి
తథా గఙ్గాజలే నైవ సర్వపాపం వినశ్యతి.
చాన్ద్రాయణసహస్రేణ యః కుర్యాత్ కాయశో[illegible]

---

డు పంద్రెండింటిలో సగములో సగము కన్నులుకలవాఁడు [illegible] సుతుఁడైన పంద్రెండుకన్నులకుమారస్వామియు [illegible] ముక్కంటియు మిమ్ము రక్షింతురుగాక.

విబుధవనితాయాః=దేవతా స్త్రీయొక్క. కటాక్షే=[illegible] గ్నః=మునిగినవాఁడై. జ్వలన పరితప్యత్ తిలసే=మంటచేత [illegible] డైన. ఉదస్తమ్=వార్తను.

ధారా=ధారాపురముయొక్క.... గాఙ్గేయైః=గంగా[illegible] నీళ్లచేత. నియత ఆత్మనామ్=మనో నిగ్రహముకలవారైన.... [illegible] జలములో స్నానముచేసినవాఁడు....తూలరాశిః=దూది ప్రోవు....[illegible]

పిబేద్యశ్చాపి గఙ్గాఽమ్భః స మహా సత్య ముభా వపి.
యస్తు సూర్యాంశుసంతప్తం గాఙ్గేయం సలిలం పిబేత్
విధియుక్తం చ పీత్వాపి సర్వపాపాత్ ప్రముచ్యతే.
భూతానా మపి సర్వేషాం దుఃఖోపహతచేతసాం
గతి మన్వేషమాణానాం నాస్తి గఙ్గాసమా గతిః.
మహద్భి రశుభై ర్గ్రస్తాన్ భూతాంశ్చ ప్రసభేన సా
ఉద్ధృత్య నరకా ద్ఘోరా ద్గఙ్గా రక్షతి సేవనాత్.
సప్త పూర్వాన్ సప్త పరాన్ పితౄన్ తేభ్యశ్చ యే పరే
పరం తారయతే గఙ్గా దృష్టా పీతా వగాహితా.
దర్శనాత్ స్పర్శనా ద్ధ్యానాత్ తథా గఙ్గేతి కీర్తనాత్
పునాతి పురుషం పుణ్యా శతశోఽథ సహస్రశః.
తే జాత్యన్ధేషు జాత్యన్ధా మృగేషు చ మృగాః స్మృతాః
సమర్థా యే న పశ్యన్తి గఙ్గాం పాపప్రణాశినీమ్.

ఏవం విచార్య వారాణసీం జగామ. తత్ర గఙ్గాయాం యథావిధి స్నాత్వా విశ్వేశ్వరం మాధవం చ ప్రణమ్యాభ్యర్చ్య పఞ్చక్రోశయాత్రాం విధాయ పునః ప్రయాగే మాఘస్నానం గయాశ్రాద్ధం చ విధాయ స్వనగరాభిముఖ మాగచ్ఛన్ మార్గే నగర మేక మగమత్.

తత్ర నగరే శాపదగ్ధా సురాఙ్గనా కాచి ద్రాజ్య మకరోత్. తస్యాః పతి ర్నాసీత్. తత్ర లక్ష్మీనారాయణస్య మహాన్ ప్రాసాదోఽదృశ్యత. తస్య చ గోపురాగ్రే చిరాత్ తప్తే మహతి లోహకటాహే తైలం సంతప్యతే స్మ. తత్ర నియుక్తాః పురుషాః వైదేశికాన్ జనా నేవం బ్రువన్తోఽవర్తన్త 'యః సత్త్వాధికః కోఽపి పురుషోఽస్మిన్ కటాహే నిపతేత్, త స్యేయం మన్మథసంజీవినీ నామాప్సరాః కణ్ఠే మాలికా మర్పయిష్యతీ' తి. వసుమిత్రోఽపి తం వృత్తాన్తం శ్రుత్వా తత్ సర్వం దృష్ట్వా స్వనగర మాజగామ.

ఆగత్య చ సర్వై ర్బన్ధుభిః సహ మిలిత్వా ప్రభాతే రాజమన్దిరం గత్వా రాజానం దృష్ట్వా రాజ్ఞే గఙ్గోదకం విశ్వేశ్వరప్రసాదం చ దత్త్వోపవివేశ. రాజా.—'ఆర్య వసుమిత్ర, దిష్ట్యా భవన్తం చిరాయాపశ్యమ్. కిం సుఖేన నిర్వర్తితా పుణ్యతీర్థయాత్రా?' వసుమిత్రః.—'భో రాజన్, తవ ప్రసాదాత్ తీర్థయాత్రాం విధాయ క్షేమేణ సమా

---

యొక్క....విధియుక్తమ్=దైవ వశమున (భక్తిచేతకాక పోయినను)....ప్రసభేన=బలాత్కారముచే....కీర్తనాత్=చెప్పుటచే....సుర అఙ్గనా=దేవ కన్య. లోహ=ఇనుప. ...సత్త్వ=బల. అప్సరాః=అప్సరస....దిష్ట్యా=(ఆనందమును తెలియఁజేయును)...

గతో ఽస్మి.' రాజా.—'తత్ర దేశాన్తరే కిం కి మపూర్వ మపశ్యః?' వసుమిత్రః సురా-
ఙ్గనాతప్తతైలవృత్తాన్త మకథయత్.

త చ్ఛ్రుత్వా రాజాపి తేన సహ తత్స్థానం గత్వా తత్ర నద్యాం కృతాభిషేకో లక్ష్మీనారాయణం నమస్కృత్య త ప్తతైలమధ్యే పపాత. తత్రత్యా జనా మహాన్తం కోలాహల మకుర్వన్. రాజ్ఞ స్తు శరీరం మాంసపిణ్డాకార మభూత్. త చ్ఛ్రుత్వా మన్మథసంజీవినీ పీయూష మానీయ మాంసపిణ్డ మభిషిషేచ. తతో రాజా దివ్యరూపధరః కుమారః సంవృత్తః. తతో మన్మథసంజీవినీ కుసుమమాలాం మహీపతేః కణ్ఠే నివేశయితు ముపజగామ. తదా రాజా.—'భద్రే, మదీయాసి. మామకం ఛన్ద మనువర్తస్వ.' మన్మథసంజీవినీ.—'ఆదిశ త్వార్యపుత్త్రః.' రాజా.—'త ర్హ్యముం మమ పురోహితం వృణీష్వ.' మన్మథసంజీవినీ మహాప్రసాద ఇతి పురోహితకణ్ఠే కుసుమమాలా మక్షిపత్. రాజాపి తయో ర్వివాహం కృత్వా తం వసుమిత్రం తత్రైవ రాజ్యేఽభిషిచ్య నిజనగర మగమత్.

ఇమాం కథాం కథయిత్వా సాలభఞ్జికా రాజాన మబ్రవీత్.'క మాకర్ణిత మౌదార్యం దేవస్య విక్రమార్కస్య? తదుపరి యథార్హం విధేహి.' త చ్ఛ్రుత్వా రాజా తూష్ణీమ్భూత స్తస్థౌ.

ఇతి పఞ్చదశోపాఖ్యానమ్.

---

## అథ షోడశోపాఖ్యానమ్.

---

విక్రమధరాధినాథో విప్రాయ ప్రవయసే దరిద్రాయ
కన్యాసమానభారం కాఞ్చన మదిశ న్మ హేతి వక్త్యేషా.

భూయోఽపి కదాచన ససంభ్రమ మాగచ్ఛన్తం భోజ మపరా పాఞ్చాలికా జగాద.—రాజ న్నుపసంహర సంభ్రమం, తిష్ఠ; సర్వ మప్యాకర్ణయ విక్రమార్కస్య వదాన్యభావమ్.

రాజా విక్రమ స్త్వేకదా దిగ్విజయార్థం కృతసన్నాహో నిర్గత్య పూర్వదక్షిణపశ్చిమోత్తరా దిశో విదిశ శ్చ పరిభ్రమ్య సర్వా నపి నృపతీన్ నిజపాదపద్మసమాక్రాన్తాన్ విధాయ తైః సమర్పితా రథగజాశ్వాదీ నుపదాః స్వీకృత్య నిజనగరీ ముజ్జయినీం ప్రతి సమాగత్య యావత్ ప్రావివిక్షత్, తావత్ ప్రధానో దైవజ్ఞః ప్రాహ-'దేవ, చత్వారో వాసరా నార్హన్తి పురప్రవేశమ్.' త చ్ఛ్రుత్వా రాజా నగరా ద్బహి రు

---

పీయూషమ్=అమృతమును. ఆనీయ=తెచ్చి. మామకం ఛన్దమ్=నా (దైన) భావమును.

ప్రవయసే=ముసలివాఁడైన... విదిశః=మూలలను. ఉపదాః=కానుకలను. దై

ద్యానే నివాసం పరికల్పయేతి సచివ మాదిదేశ. సుమన్త్రి నామ సచివః ససంభ్రమం సముచితం నివాసం కారయామాస. తత్రాన్తరే ఋతు ర్వసన్తోఽపి శనై రుద్యానం సిషేవే. తదా మన్త్రీ రాజాన మబ్రవీత్:—దేవ, దిష్ట్యా సమయః కుసుమాకరోఽపి సమాగమత్. పశ్య:

వకుళా ముకుళాన్ వహన్తి సద్యః, సకలాశా భ్రమరీనినాదగీతాః,
కమలాయతలోచనా వనాన్తే విచరన్తి ప్రమదాః ప్రసూనలోలాః.

అపి చ: మాకన్ద మగ్ర్యమకరన్దమహానురాగా దిన్దిన్దిరా నిబిడయన్తి సమన్ద్రనాదాః.
మన్దానిలాశ్చ వనితావదనారవిన్దా మోదాధివాసమధురా భువి వాన్త్యజస్రమ్.

లతాం పుష్పవతీం స్పృష్ట్వా స్నాతో విమలవారిషు
పునః స్పర్శనశఙ్కేవ మన్దం చలతి మారుతః.—

ఏవం బ్రువాణం మన్త్రిణం రాజా వసన్తపూజాసంవిధానసంపాదనే న్యయుఙ్క్త. తతః స మన్త్రీ సుమనోహరం మణ్టప మేకం కారయిత్వా వేదశాస్త్రపురాణజ్ఞాన్ బ్రాహ్మణాన్ తౌర్యత్రికనిపుణాన్ నర్తకీ ర్విలాసినీ శ్చ సమాహ్వయత్. తత్ర సభామధ్యే నవరత్నఖచితే సింహాసనే లక్ష్మీనారాయణప్రతిమాద్వయం ప్రతిష్ఠాప్య, తస్య పూజార్థం కుఙ్కుమ కస్తూరీ కర్పూర చన్దన నాగరు ప్రభృతీని సుగన్ధద్రవ్యాణి మల్లికా శతపత్త్రి మరువక చమ్పక కేతకీ కరవీర ప్రభృతీని కుసుమాని చ సమానీయ సర్వ మపి సజ్జీకృత మితి రాజ్ఞే నివేదయామాస. రాజాపి స్వయ మేవ దేవం సంపూజ్య బ్రాహ్మణాన్ యథార్హ మభ్యర్చ్య సర్వా నపి లోకాన్ యథోచితం సంభావ్య వాదిత్రాదివినోదేన కాలం నయన్ సుచిరం సుఖ మువాస.

---

వజ్ఞః=జోస్యుఁడు. సచివమ్=మంత్రిని. కుసుమ ఆకరః=పువ్వులకు గనియైనది.

వకుళాః= పొగడచెట్లు. సకల ఆశాః=అన్ని దిక్కులు. భ్రమరీ నినాద గీతాః=ఆఁడుతుమ్మెదలయొక్క నాదమనెడు పాటకలవి. ఆయత=పొడుగైన. ప్రమదాః=స్త్రీలు. ప్రసూన లోలాః=పువ్వులయందు ఆసక్తికలవారై.

అగ్ర్య=శ్రేష్ఠమయిన. స మన్ద్ర నాదాః=మన్ద్ర ధ్వనులతో కూడుకొన్నవైన. ఇన్దిన్దిరాః=తుమ్మెదలు. నిబిడయన్తి=దట్టము చేయుచున్నవి. వనితా—మధురాః=స్త్రీలయొక్క కమలమువంటి ముఖములయొక్క పరిమళమనెడు పరిమళ ద్రవ్య ధారణముచేత మనోహరములైన. మన్దానిలాః=మెల్లని వాయువులు. అజస్రమ్=సర్వదా. వాన్తి=వీచుచున్నవి.

పుష్పవతీమ్=పుష్పములుగలదానిని, ముట్టు దానిని. మారుతః=గాలి....తౌర్య

తత్రాన్తరే కశ్చిద్వృద్ధో బ్రాహ్మణో హస్తే కాఞ్చనకన్యకాం గృహీత్వా రాజసమీప మాగత్య-

కల్యాణదాయి భవతోఽస్తు పినాకపాణేః
పాణిగ్రహే భుజగకఙ్కణభీషితాయాః
సభ్రాన్తదృష్టి సహసైవ 'నమః శివాయే'
త్యుక్త్వార్ధలజ్జితనతం ముఖమమ్బికాయాః-

ఇత్యాశిషం ప్రయుజ్య రాజ్ఞా నిర్దిష్టాం బ్రుసీ మాస్థాయ రాజాన మేవ మువాదీత్- 'రాజన్, విజ్ఞాపన మస్తి.' రాజా.—'నిశ్శఙ్కం నివేదయతు భవాన్.' బ్రాహ్మణః.— "అహం నదీవర్ధమాననామనగరనివాసీ. మమాష్టౌ పుత్త్రాః సముత్పన్నాః. కిన్తు కన్యా పునః కాపి నాజని. తతః సభార్యోఽహం జగదమ్బికాయాః పురత ఏవం సఙ్కల్ప మకార్షమ్: 'అమ్బ యది మమ కన్యకా భవిష్యతి, తాం త్వత్సన్నిధౌ తాం తత్తుల్యేన సువర్ణేన సహ కస్మైచిచ్చతుర్వేదవిదే వరాయ దాస్యామీ' తి. తతః కతిపయై ర్దివసై ర్జగదమ్బికాప్రసాదా దేషా కన్యా జాతా. ఇదానీ మస్యాః పాణిగ్రహణసమయః సమతిక్రామతి. అతోఽనయా తులితం సువర్ణం దాతుం శక్తిమా [illegible]కోఽపి నాస్తీతి శ్రుత్వా త్వాన్తిక మహ మాగమమ్." రాజా.—'సాధు. సమానీతం త్వయా, యావతో ధనస్య తృప్యసి, తావ ద్గృహాణే' త్యుక్త్వా భాణ్డాగారిక మాహూయాదిదేశ 'ఏతస్మై బ్రాహ్మణా యైతత్కన్యకామితం సువర్ణం దేహి. భూయో [illegible]ఽప్యష్టకోటిసువర్ణం దీయతా మి' తి. కోశాధ్యక్షోఽపి మహాప్రసాద ఇతి విప్రాయ తావత్ కాఞ్చనం దదౌ. బ్రాహ్మణోఽప్యతిసన్తుష్టః సన్ కన్యకయా సహ జగామ. తతో రాజాపి శుభే ముహూర్తే పురం వివేశ.

ఇతి కథాం పాఞ్చాలికోదీరితాం నిశమ్య భోజో నిజగామ.

ఇతి షోడశోపాఖ్యానమ్.

---

త్రిక=నృత్తగీతవాద్యములయందు. శతపత్త్రి=కమలము. కేతకీ=మొగలి. కరవీర= గన్నేరు. వాదిత్ర=వాద్యములు.

కల్యాణదాయి=(దం.) శివునియొక్క చేయి పట్టుకొనుటయందు (వివాహమందు), (ఆయనచేతి) కంకణమైయున్న పాముచేత భయపెట్టఁబడినదైన పార్వతియొక్క - బెదరిన చూపులుగలదియు తటాలున 'నమశ్శివాయ' అని పలికి (సగమున [illegible]) లజ్జచేత వంగినదియునైన-ముఖము నీకు మంగళమును ఇచ్చునది అగుఁగాక.

బ్రుసీమ్=ఆసనమును. తత్ తులితేన=దానికి సరితూఁగు.... ఉదీరితామ్= చెప్పఁబడిన.

## అథ సప్తదశోపాఖ్యానమ్.

తే నాపి రాజ్ఞా వసులాభహేతో ర్దినే దినే కల్పిత మాత్మనాశం
నివేద్య తత్సాహస మన్తరేణ తస్యేప్సితం చక్ర ఇతీహ వక్తి.

పునరపి రాజానం భోజ మాగత మవ్యా సాలభఞ్జికా భణతి—'రాజన్, అత్ర సింహాసనే సముపవేష్టుం స ఏవ క్షమో యస్య విక్రమ స్యౌదార్యాదయో గుణాః సన్తి.' రాజా.—'సాలభఞ్జికే, కథయ త స్యౌదార్యాదివృత్తాన్తమ్.' సాలభఞ్జికా భణతి. శృణు రాజన్. తస్యౌదార్య మేవ త్రిభువనే కీర్తిం వితస్తార. సర్వే జనా స్తథైవ రాజానం తుష్టువుః. అన్యచ్చ, అర్థినాం స్వస్తివచనం దాతౄణాం ప్రీత్యై భవతి; న తు శౌర్యాదయో గుణాః. ఉక్తం చ:

యచ్ఛన్తి పక్షిపశవః, పఠన్తి శుకశారికాః,
దదాతి కోఽపి దానం యః స శూరః స చ పణ్డితః.

తథా చ: దాతౄణా మేవ సుప్రీతిః స్వస్తివాచా యథార్థినః.
సంప్రహృష్టో న హి తథా రణదున్దుభినిస్స్వనైః.

శౌర్యజ్ఞానానుష్ఠానాదయో గుణాః సర్వేషా మపి భవిష్యన్తి, న త్వౌదార్యమ్.

ఏకం త్యాగగుణః శ్లాఘ్యః సర్వేషు గుణరాశిషు;
త్యాగా జ్జగతి పూజ్యన్తే పశుపాషాణపాదపాః.

అన్యచ్చ: త్యాగో గుణో గుణశతా దధికో మతో మే;
విద్యా విభూషయతి తం యది కిం బ్రవీమి?
శౌర్యం హి నామ యది తత్ర నమోఽస్తు తస్మై;
తచ్చ త్రయం యది భవే దతిచిత్ర మేతత్.

తచ్చతుష్టయం తస్మిన్ విక్రమార్కేఽవర్తత.

ఏకదా పరమణ్డలే కస్యచి ద్రాజ్ఞః పురతః కేనచిత్ స్తుతిపాఠకేన విక్రమస్య గుణావళీ పఠితా. తాం శ్రుత్వా రాజా పర మసూయయా వన్దిన మువాచ—'రే వన్దిన్, కిమితి స్తుతిపాఠకా విక్రమార్క మేవ స్తువన్తి? కి మన్యో రాజా తాదృశో నాస్తి?' వన్దీ.—'దేవ. శౌర్యే త్యాగే పరోపకారే సాహసే దయాయాం చ తేన సదృశో రాజా త్రిభువనేఽపి నాస్తి. పరోపకారకరణే స్వదేహేఽపి తస్య మహాత్మనో మమత్వం నాస్తి.' ఇత్యాకర్ణ్య స రాజా 'అహ మపి పరోపకారం కరిష్యామీ' తి మనసి కృత్వా కఞ్చన

---

వసు=ధన. అన్తరేణ=అక్కఱలేకుండ. చక్రే=నెఱవేర్చెను. వితస్తార=వ్యాపింపఁజేసెను.

శారికా=గోరువంకలు....రణదున్దుభినిస్స్వనైః=యుద్ధభేరీధ్వనులచేత....పశుపాషాణపాదపాః=గోవు శిలా వృక్షములు అనఁగా కామధేను చింతామణి కల్పవృక్షములు....వన్దినమ్=స్తుతిపాఠకుని. ఏధతే=వృద్ధిపొందుచున్నది....హాస్యసి చేత్=

యోగిన మాహూయోవాచ-'భో యోగిన్, పరోపకారార్థం మమ ప్రీతి రనుదిన మేధతే; యది కశ్చి దుపాయః స్యాత్ తం నివేదయ.' యోగీ.— 'భోః కిం వా నాస్తి?' రాజా.— 'అస్తి చే దుపదిశ, సాధయామి.' యోగీ.— 'కృష్ణచతుర్దశ్యాం చతుష్షష్టి యోగినీచక్రం పూజయ. తత్పరతో జపం కృత్వా దశాంశహోమం విధేహి; హోమావసానే పూర్ణాహుతినిమిత్తం స్వశరీర మే వోపకల్పయ; తతో యోగినీచక్రం ప్రసన్నం భవిష్యతి. యత్ త్వయా ప్రార్థ్యతే త ద్దాస్యతి. పున రప్రతిమం శరీరం తవ భవిష్యతి.' త చ్ఛ్రుత్వా రాజా సర్వ మపి త థై వానుష్ఠాయ పూర్ణాహుతినిమిత్తం స్వయ మే వాగ్నౌ పపాత. తతో యోగినీచక్రదేవతా ప్రసన్నా భూత్వా రాజ్ఞే నవం శరీరం దత్త్వా భణతి స్మ-'రాజన్, తుష్టాస్మి, వరం వృణీష్వ.' రాజా.—'అమ్బ, ప్రసన్నా యది, తర్హి మమ గృహం సప్తఘటసువర్ణపరిపూర్ణం విధేహి.' దేవతా.—'త్వ మేవం ప్రతిదినం శరీర మగ్నౌ హోష్యసి చే దహం తథా కరిష్యామి.' రాజాపి త థే త్యూరీకృత్య నిత్య మగ్నౌ శరీరం సువర్ణార్థం జుహ్వ దాస్త.

ఏకదా విక్రమార్కోఽపి తాం వార్తాం శ్రుత్వా తత్స్థానం సమాగత్య పూర్ణాహుతిసమయే స్వయ మే వాగ్నౌ పపాత. తతో యోగినీ స్వయ మచిన్తయత్ 'కి మద్యతనం మాంస మ తీవ స్వాదుతరం దృశ్యతే? అస్య హృదయం సారభూత మి వాస్తీ' తి. పునః శరీరం దత్త్వా జగాద 'భో మహాసత్త్వ, కో భవాన్? తవ శరీరత్యాగేన కిం ప్రయోజనమ్? త ద్బ్రూహి దాస్యామీ' తి. రాజా.— 'యది ప్రసన్నాసి, త ర్హ్యయం రాజా ప్రతిదినం మరణా న్మహాకష్ట మనుభవతి, త న్నివారయితు భవతీ. అస్య గృహే సప్త మహాఘటాః ప్రతిదినం సువర్ణేన పూరణీయాః.' యోగినీ తథా కరిష్యామీ త్యఙ్గీకృత్య తస్య గృహే ప్రతిదినం సప్త మహాఘటాన్ సువర్ణేన పూరయామాస. రాజానం మరణా న్నివారయామాస. విక్రమోఽపి స్వనగరం ప్రత్యాగతః.

ఇమాం కథాం కథయిత్వా సాలభఞ్జికా రాజాన మబ్రవీత్ -'రాజన్, త్వయీదృశః పరోపకారః కి మస్తి?' త చ్ఛ్రుత్వా రాజా తూష్ణీం బభూవ.

ఇతి సప్తదశోపాఖ్యానమ్.

---

## అథాష్టాదశోపాఖ్యానమ్.

---

ఉదయశిఖరిగర్జా స్తమ్భమార్గేణ గత్వా
ప్రతిదిన మతిమాత్రస్వర్ణదాం కర్ణభూపాం

---

హోమముచేయుదువేని. ఊరీకృత్య=అంగీకరించి,

ఖరకిరణసకాశాత్ ప్రాప్య తాం బ్రాహ్మణాయ
వ్యతర దతిదరిద్రా యేతి సై షాద్య వక్తి.

పున రపి రాజని సింహాసన మారోఢు మాగచ్ఛ త్యపరా పాఞ్చాలికా ప్రాహ. 'భో రాజన్, విక్రమార్క స్యౌదార్యాదిగుణా యస్య సన్తి, తే నైవైతత్సింహాసన మధ్యాసితవ్యమ్.' రాజా.—'కథయ త స్యౌదార్యాదివృత్తాన్తమ్.' సాబ్రవీత్-రాజన్, శ్రూయతామ్: —

విక్రమార్కో రాజా నీతి మణుమాత్ర మపి నోల్లఙ్ఘయేత్. మణిపురే గోవిన్దశర్మా నామ బ్రాహ్మణః స్వపుత్త్రాయ నీతీ రుపాదిక్షత్; అహ మప్యశ్రౌషమ్; తత్ తుభ్యం నివేదయామి, శ్రూయతామ్.

మనీషీ పురుషో దుర్జనైః సహ సంసర్గం న కుర్వీత; యతో మహానర్థాః ప్రవర్తేరన్. ఉక్తం చ:

దుర్వృత్తసంగతి రనర్థపరమ్పరాయా
హేతుః, సతా మధిగతం వచనీయ మత్ర;
లఙ్కేశ్వరే హరతి దాశరథేః కళత్రం
ప్రాప్నోతి బన్ధ మథ దక్షిణసిన్ధురాజః.

తస్మాత్ సజ్జనసఙ్గం విదధీత. లోకే సత్సఙ్గాత్ పరో నాస్తి. ఉక్తం చ:

కన్దళయ త్యానన్దం, నిన్ద త్యనిలేన్దుచన్దనాని భృశం,
మణ్డయతి మన్దహాసం, సంధత్తే సంపదోఽపి సత్సఙ్గః.

అన్య చ్చ, కే నాపి వైరం న కుర్వీత. పరేషాం సంతాపం న కుర్వీత. అపరాధం వినా భృత్యాన్ న దణ్డయేత్. మహాదోషం వినా భార్యాం న త్యజేత్; యతోఽక్షయం నరకం భవేత్.

ప్రజ్ఞాసంపాదనే దక్షాం వీరసూం ప్రియవాదినీం
యోఽదృష్టదోషాం త్యజతి సోఽక్షయం నరకం వ్రజేత్.

లక్ష్మీః స్థి రేతి న మన్యేత; యతోఽత్యన్తచఞ్చలా సా. ఉక్తం చ:

---

శిఖరి=పర్వత. అతిమాత్ర స్వర్ణ దామ్=అపరిమితమయిన బంగారమును ఇచ్చునదైన. ఖరకిరణ సకాశాత్=సూర్యుని నుండి. వ్యతరత్ =ఇచ్చెను....మనీషీ=విద్వాంసుఁడు....కళత్రమ్=భార్యను. సిన్ధురాజః=సముద్రరాజు....విదధీత=చేయవలసినది....కన్దళయతి=మొలకలెత్తునట్లు చేయును. నిన్దతి=దూషించును. భృశమ్=మిక్కిలి. మణ్డయతి=అలంకరించును. సంధత్తే=సమకూర్చును....అక్షయమ్=నాశములేని....ప్రజ్ఞాసంపాదనే=తెలివికలుగఁజేయుటయందు. వీరసూమ్=వీరులను కనునది. అదృష్టదోషామ్=కనిపట్టఁబడని దోషముగలదానిని (దోషముకనిపట్టకయే)....మృషా=

అనుభవత; దత్త, విత్తం; మాన్యం మానయత; సజ్జనం భజత;
అతిపరుషపవనలులితా దీపశిఖే వాతిచఞ్చలా లక్ష్మీః.

స్త్రీభ్యో గుహ్యం న నివేదయేత్. భవిష్యచ్చిన్తాం న కుర్యాత్. వైరిణా మపి హిత మేవ చిన్తయేత్. దానాధ్యయనాదిభి ర్వినా దివసం ముధా నాపనయేత్. పితరౌ సేవేత. చోరైః సహ న సల్లపేత్. కదాపి నిష్ఠురాణి న భాషేత. అల్పనిమిత్తం బహువ్యయం న కల్పయేత్. ఉక్తం చ:

న స్వల్పస్య కృతే భూరి నాశయే న్మతిమాన్ నరః,
ఏత దేవ హి పాణ్డిత్యం యత్ స్వల్పా ద్భూరిరక్షణమ్.

ఆర్యేభ్యో దద్యాత్. ధర్మస్థానే మృషా న భాషేత. మనసా వాచా కర్మణా పరోపకారం కుర్వీత. యే పరోపకారిణ స్తే సుజనాః. ఏతత్ సామాన్యతః పురుషాణాం నీతిశాస్త్ర ముపదిష్టమ్.

స తు విక్రమో రాజా స్వభావత ఏవ సకలనీతిశాస్త్రజ్ఞః. ఏవం కాలే గచ్ఛతి, ఏకదా కశ్చి ద్వైదేశికో రాజానం దృష్ట్వోపావిశత్. రాజా.—'భోః కుత్రత్యో భవాన్?' పురుషః.—'భో రాజన్, అహం వైదేశికః, మమ కోఽపి నివాసో నాస్తి; సర్వదా పరిభ్రమ న్నేవ కాలం నయామి.' రాజా.—'పృథివీపర్యటనాత్ త్వయా కిం కి మపూర్వం దృష్టమ్? కథయ.' పురుషః.—"ఉదయపర్వతే మహా నాదిత్యస్య ప్రాసాదోఽస్తి. తత్ర గఙ్గా నామ కాపి నదీ ప్రవహతి. తద్గఙ్గాప్రవాహాత్ కశ్చిత్ సువర్ణస్తమ్భో నిర్గచ్ఛతి. త స్యోపరి నవరత్నఖచితం సింహాసన మేక మస్తి. స చ సువర్ణస్తమ్భః ప్రాగుదయతి విభావసౌ పృథివ్యా నిర్గత్య, గగనమధ్య మధ్యారూఢే స్వయ మపి సన్నిధత్తే; అస్త ముపగచ్ఛతి చ తస్మిన్ క్రమేణావతీర్య స్వయం గఙ్గాప్రవాహే నిమజ్జతి. ప్రతిదిన మేవం తత్ర భవతి. ఏత న్మహాశ్చర్యం మయా దృష్టమ్."

రాజా విక్రమోఽపి త చ్ఛ్రుత్వా తేన సహ తత్స్థానం గత్వా రాత్రౌ సుఖం సుష్వాప. ప్రభాతాయాం చ శర్వర్యాం గఙ్గాప్రవాహా ద్వరసింహాసనయుక్తో హేమస్తమ్భో మన్దం మన్దం నిరగమత్. తస్మిన్ స్తమ్భే రాజా స్వయ ముపావిశత్. స్తమ్భోఽపి యావత్ సూర్యమణ్డలసమీప మగమత్, తావ దగ్నికణసముద్గారిభిః సూర్యకిరణై రదహ్యత రాజ్ఞః శరీరమ్. తతో రాజా మాంసపిణ్డీభూతే నైవ శరీరేణ సూర్యమణ్డలం ప్రాప్యాస్తావీత్.

నమః సవిత్రే జగదేకచక్షుషే జగత్ప్రసూతిస్థితినాశహేతవే
త్రయీమయాయ త్రిగుణాత్మధారిణే విరిఞ్చినారాయణశఙ్కరాత్మనే.

---

అబద్ధమును.... కుత్రత్యః=ఎక్కడివాఁడవు. ఆదిత్యస్య=సూర్యునియొక్క. నిమజ్జతి=మునుఁగును.... సముద్గారిభిః=క్రక్కుచున్న.... ప్రసూతి=సృష్టి. త్రయీమయాయ=

ఇతి బహుధా స్తుత్వా పరమాత్మాన మర్యమణం నమశ్చకార. తతః సూర్య స్త మమృతే నాసిఞ్చత్. తతో రాజ్ఞః శరీరం భూయోఽప్యవర్ధత. రా జావదత్-'ధన్యోఽహ మస్మి' సూర్యః—'భో రాజన్, త్వం మహాసత్త్వాధికోఽసి; ఏత న్మమ మణ్డలం దుష్ప్రాప మన్యై రుపాగతః; త దహం ప్రసన్నోఽస్మి; వరం వృణీష్వ.' రా జ్ఞోక్తమ్.— 'భో దేవ, కి మతః పర మధికో వరోఽస్తి! మహామునీనా మ ప్యలభ్యం తవ సందర్శనం య దహ మభజమ్! తవ ప్రసాదా న్మమ సర్వ మ ప్యర్థజాతం నిరపాయం విద్యతే.' తద్వచనే నాతిసంతుష్టో భగవాన్ విభావసుః స్వకీయే రత్నకుణ్డలే దత్త్వా 'భో రాజన్, ఏతత్ కుణ్డలద్వయం ప్రతిదిన మేకైకం సువర్ణభారం ప్రయచ్ఛతి.' ఇ త్యుక్త్వా ప్రేషయామాస.

తతో రాజా కుణ్డలద్వయం గృహీత్వా పున ర్నమస్కృత్య తస్మాత్ స్వర్ణస్తమ్భా దవతీర్య యావ దుజ్జయినీ మాజగామ, తావత్ కశ్చి ద్బ్రాహ్మణో మార్గే సమాగత్య-

'వేదాన్తేషు య మాహు రేకపురుషం వ్యాప్య స్థితం రోదసీ,
యస్మి న్నీశ్వర ఇ త్యనన్యవిషయః శబ్దో యథార్థాక్షరః,
అన్త ర్యశ్చ ముముక్షుభి ర్నియమితప్రాణాదిభి ర్మృగ్యతే,
స స్థాణుః స్థిరభక్తియోగసులభో నిశ్శ్రేయసా యాస్తు వః.'-

ఇ త్యాశిషం కృ త్వాభణత్-'భో రాజన్, అహం కుటుమ్బీ బ్రాహ్మణః, పరం దరిద్రః సర్వత్ర భిక్షాటనం కరోమి. త థా ప్యుదరం న పూర్యతే.' త చ్ఛ్రుత్వా రాజా తస్మై కుణ్డలద్వయం ద త్త్వావదత్-'ఏతత్ ప్రతిదిన మేకైకం సువర్ణభారం దాస్యతి.' ఇతి రాజ్ఞో వచనం శ్రుత్వా బ్రాహ్మణః సంతుష్టో రాజానం బహుశః స్తుత్వా నిజా

---

వేదస్వరూపుఁడైన. త్రిగుణ. ఆత్మ=సత్త్వరజస్తమస్సులయొక్క స్వరూపమును....
అర్యమణమ్=సూర్యుని. విభావసుః=సూర్యుఁడు.

వేదాన్తేష్వితి=(దం.) ఉపనిషత్తులయందు ఎవనిని చెప్పుదురో ఒకఁడే యాత్మను (.గా) వ్యాపించి ఉన్న వానిని భూమ్యాకాశములను, ఎవనియందు ఈశ్వరుఁడని అన్యుఁడర్థముగాని శబ్దము వాస్తవార్థముగల వర్ణములు గలదియో, మనస్సులో ఎవఁడు మోక్షము కోరినవారిచేత నిర్బంధింపఁబడిన ప్రాణాదులు గలవారిచేత వెదకఁబడుచున్నాఁడో, ఆ శివుఁడు దృఢమైన భక్తియోగముచేత సులువుగా దొరకువాఁడైన మంగళమునకు అగునుగాక మీకు. అ. విశ్వమందు వ్యాపించియున్న యొకటియే యయిన బ్రహ్మమని యుపనిషత్తులలో చెప్పఁబడినవాఁడును, మఱియెవ్వనికిని పేరుగాని ఈశ్వరుఁడు అను పేరు గలవాఁడును, ముముక్షువులచేత ప్రాణాయామపూర్వకముగా తమమనస్సులలోనే వెదకఁబడువాఁడును, భక్తిమార్గమునకు సులభుఁడును, ఐన శివుఁడు మీకు మేలును చేయునుగాక.

లయ మగమత్. రాజా ప్యుజ్జయినీం ప్రత్యాగచ్ఛత్.

ఇమాం కథాం కథయన్త్యాం సాలభఞ్జికాయాం భోజ స్తూష్ణీ మాసీత్.

ఇ త్యష్టాదశోపాఖ్యానమ్.

---

## అథైకోనవింశోపాఖ్యానమ్.

---

రాజా వరాహ మనుధావ్య బిలం ప్రవిశ్య
దృష్ట్వా బలిం సమధిగమ్య చ తత్సపర్యాం
దత్తం రసాయన మవాప్య రసం చ విప్రా
యాదా దితి ప్రతిమయా వినివేద్యతేఽద్య.

పున రపి రాజానం భోజం సింహాసనసమారురుక్షాసమాకులితహృదయ మపరా నివార్య జగాద.

మహీపాల, శ్రూయతామ్. విక్రమే రత్నాకరమేఖలా మిమాం శాసతి సర్వే ఽపి లోకాః పరమానన్దపరిపూర్ణహృదయాః సమభూవన్. బ్రాహ్మణాః షట్కర్మనిరతాః. స్త్రియః పతివ్రతాః. శతాయుషః పురుషాః. వృక్షాః సదా ఫలకుసుమభరితా శ్చాసన్. పర్జన్యః కాలే వర్షతి స్మ. మహీ సర్వ దోర్వ రాదృశ్యత. లోకానాం భూతేషు దయా పాపభీతిః అతిథిసత్కారః గురుసేవా సత్పాత్రే దానం చ ప్రావర్తన్త. తత ఏకదా విక్రమార్కః సింహాసన మధ్యాసామాస. తత్ర సభాయా ముపవిష్టాః సుమనసః శాస్త్రాణి విచారయామాసుః. వన్దినో వివిధాపదానాని పేఠుః. మల్లాః పునః స్వభుజబల మదర్శయన్. సవయసో రాజకుమారా నఖాఙ్కురసముల్లాసితశ్మశ్రవోఽన్యోన్యం హసన్తః శరణాగతపరిపాలనప్రతిజ్ఞాప్రావీణ్య ముద్గిరన్తః, కేచ నాముష్మికప్రీతి మావిష్కుర్వన్తః, కేచన ధనసంగ్రహప్రాభవ ముద్భావయన్తో రాజాన మసేవన్త. తదా కశ్చి న్మృగవధాజీవః సమాగత్య రాజానం ప్రణమ్య సప్రశ్రయం వ్యజిజ్ఞపత్: 'అరణ్యమధ్యే కశ్చి దఞ్జనాచలసంకాశో మహాన్ వరాహః కతిపయై ర్దివసైః పరిభ్రమతి. వనైకవసతే ర స్యాపి జన స్యాశ్రుతపూర్వోఽయ మీదృశో జన్తుః కిం

---

రసాయనమ్=దివ్యౌషధము....రత్నాకర మేఖలామ్=సముద్రమే మొలనూలు గాఁగలదైనభూమిని. ఉర్వరా=సకలసస్యసంపూర్ణ. అపదానాని=ఉత్కృష్టకర్మలను. మల్లాః=వస్తాదులు. నఖ అఙ్కుర సముల్లాసిత శ్మశ్రవః=గోళ్ల మొలకలతో (కొనగోళ్లతో) దువ్వఁబడిన మీసముగలవారై. ఆముష్మిక ప్రీతిమ్=స్వర్గముమీఁది యభిమానము. మృగవధాజీవః=వేఁటకాఁడు. సప్రశ్రయమ్=వినయముతో. అఞ్జన అచల సంకాశః=కాటుక కొండతో సమాన మయినది. అశ్రుత పూర్వః=పూర్వము (ఎన్నఁ

పున రదృష్టచర ఇతి. త దేవ. దేవస్య దృష్టిపథ మవతరితు మర్హతి. తదుపరి దేవః ప్రమాణ మి' తి విరరామ.

త చ్ఛ్రుత్వా రాజా త దైవ రాజకుమారైః సహ వనం వివేశ. ప్రవిశ్య చ నదీతటే కుత్రాపి నికుఞ్జాన్తరే శయానం సూకర మపశ్యత్. తతః స వరాహో మృగయూనాం కోలాహలం శ్రుత్వా ఘుర్ఘురారవముఖరం నిర్జగామ. తతః సర్వేఽపి రాజకుమారా అహమహమికయా స్వహస్తకౌశలాని దర్శయన్తః సర్వాయుధాని చిక్షిపుః. స చ తా న్యగణయన్ పశ్యతా మేవ శూరమానినాం కి మపి పర్వతకన్దరం వివేశ. రాజాపి తం పృష్ఠతోఽనుధావన్ బహి రశ్వం నిబధ్య స్వయ మపి బిలం ప్రవివేశ. మహ త్యన్ధకారే సుదూరం గత్వా మహా న్తం ప్రకాశ మపశ్యత్. తతః కిఞ్చి ది వాతిక్రమ్య నగర మేకం సువర్ణప్రాకార మభ్రఙ్కషప్రాసాదోపశోభితం దేవతాయతనై రుపవనై రలంకృతం సమస్తవస్తుసంపూర్ణవిపణిరమణీయం ధనికలోకసమాకులం నానావిలాసినీజనసంసేవ్యమాన మతిమనోహర మపశ్యత్. అథ కథ మపి ప్రవిశ్య విపణిమధ్యే గచ్ఛన్నతిమనోహరం హరశిఖరిసహోదరం రాజభవన మపశ్యత్. తత్ర విరోచనసుతో బలీ రాజ్యం కుర్వ న్నాస్తే. రాజాపి సభాం ప్రవిశ్య సింహాసనోపవిష్టేన బలినా ఝడితి సమాలిఙ్గితోఽతిరమణీయే భద్రాసనే సముపవేశితః. అనన్తరం బలీ రాజాన మప్రాక్షీత్: 'సఖే, కుత్ర తే నివాసః? కాని తవ నామాక్షరాణి? కథ మివ దురవగాహ మిమం దేశం ప్రవిష్టోఽసి.?' రాజా.— 'విక్రమనామానం మా మాహుః. ఉజ్జయినీ మే నివాసః. భవత్సందర్శనార్థం క మపి వరాహ మనుసరన్ కథ మపి సమాగతోఽస్మి.' బలిః.— 'ధన్యోఽస్మి. అ ద్యైవ సఫలాః సంవృత్తా మే మనోరథాః.' విక్రమః.— 'భో రాజన్, త్వం పవిత్రభూతాన్తఃకరణః; త వైవ జీవితం శ్లాఘ్యమ్; యతః సాక్షా ద్వైకుణ్ఠభవనో నారాయణ స్తవ మార్గణతా మాలలమ్బే.' బలిః.— 'యది భవా న్మే మిత్రం, తర్హి మదీయం కి మపి వస్తు పరిగృహాణ.' విక్రమః.—'భవదనుగ్రహా దహ మపి పూర్ణకామోఽస్మి.' బలిః.—"సఖే మైవమ్. ఏత దేవ హి బన్ధులక్షణమ్:

దదాతి ప్రతిగృహ్ణాతి గుహ్య మాఖ్యాతి పృచ్ఛతి
భుఙ్క్తే చ భోజయ త్యేవ షడ్విధం బన్ధులక్షణమ్.

---

డును) వినఁబడనిది. అదృష్టచరః=పూర్వము చూడఁబడనిది....మృగయూనామ్=వేఁటకాండ్రకు. ఘుర్ఘుర ఆరవ ముఖరమ్=ఘుర్ఘుర ధ్వనితో శబ్దించుచు. అహమహమికా=నేను నేనని చొరవచేసి పోవుట. శూరమానినామ్ పశ్యతా మేవ=శూరులమనిభావించుకొనువారు చూచుచుండఁగానే (వారిని లక్ష్యపెట్టక). కన్దరమ్=గుహను. అభ్రఙ్కష=ఆకాశమునొరయుచున్న. హర శిఖరి సహోదరమ్=శివ గిరికి తోఁబుట్టగు (కైలాసమువంటి). మార్గణతామ్=యాచకత్వమును. ఆలలమ్బే=ఆశ్రయించెను.

తథా చ: పాపా న్నివారయతి, యోజయతే హితాని,
గుహ్యం నిగూహతి, గుణా న్ప్రకటీకరోతి,
ఆపద్గతం చ న జహాతి, దదాతి కాలే,
సన్మిత్రలక్షణ మితి ప్రవద న్తి స న్తః.

కిం చ: నోపకారం వినా ప్రీతిః కస్యాపి భువి జాయతే,
ఉపయా న్తి చ దానేన యతో దేవా అభీష్టదాః.

తథా చ: తావత్ ప్రీతి ర్భవే ల్లోకే, యావ ద్దానం ప్రదీయతే;
వత్సః క్షీరక్షయం దృష్ట్వా స్వయం త్యజతి మాతరమ్.

అన్యచ్చ: పుత్త్రా దపి ప్రియతరం నియ మేన దానం
మన్యే పశో రపి వివేకవివర్జితస్య,
దత్తే తృణే తు నిఖిలం ఖలు యేన దుగ్ధం
నిత్యం దదాతి మహిషీ వినివర్త్య వత్సమ్.''

ఏవం భణిత్వా విక్రమాయ రాజ్ఞే రసం రసాయనం చ దదౌ.

తతో రాజని తస్మా దనుజ్ఞాం ప్రాప్య బిలా న్నిర్గ త్యాశ్వ మారుహ్య నిజ పురం ప్ర త్యాగత్య రాజమార్గే సమాగచ్ఛతి, మహాదుర్గతిపీడితః సపుత్త్రః కశ్చి ద్బ్రాహ్మణః సమాగత్య స్తుత్వాభాణీత్:—'భో రాజన్, పర మహం దరిద్రః. అద్య సకుటుమ్బస్య మమ కి మపి భోజనపర్యాప్తం ధనం దేహి, మహాత్మా బుభుక్షయా స మాకులాః స్మః.' తదా రాజా.—'భో బ్రాహ్మణ, ఇదానీం మమ హస్తే కి మపి ధనం నా స్తి. పరం తు రసో రసాయనం చేతి వస్తుద్వయ మ స్తి. అనేన రసేన సంపర్కే సతి స ప్త ధాతవః సువర్ణాని భవ న్తి. ఇదం రసాయనం యస్తు సేవతే స జరామరణవర్జి తో భవిష్యతి. ఉభయో రేకం గృహాణ.' తదా బ్రాహ్మణః.—'యేన పుమా న్జరామ రణవర్జితో భవిష్యతి త ద్దీయతామ్.' తదా తస్య పుత్త్రః ప్రాహ: 'కిం క్రియతే తాతేన రసాయనేన? జరామరణవర్జితే నాపి పున ర్దారిద్ర్యం మే నానుభవితవ్యమ్. యేన సం పర్కే సతి ధాతుః సువర్ణం భవతి, స ఏవ రసో గ్రాహ్యః.'. ఇత్యుభయో ర్వివాదో రాజసమక్ష మేవ సమభూత్. తతో రాజా ఉభయో ర్వివాదం దృష్ట్వా రసం రసా యనం చ తాభ్యాం దదౌ. తౌ రాజనం స్తుత్వా నిజాలయం జగ్మతుః. రాజాఽపి నిజ నివాస మాజగామ.

ఇమాం కథాం కథయిత్వా సాలభఞ్జికా భోజరాజ మబ్రవీత్-'భో రాజన్,. కిమద్య మన్యసే?' త చ్ఛ్రుత్వా రాజా తూష్ణీం బభూవ.

ఇ త్యేకోనవింశోపాఖ్యానమ్.

---

మన్యే=తలంచుచున్నాను....దుర్గతి=దారిద్ర్యముచేత. పర్యాప్తమ్=చాలిన. బుభుక్షయా=ఆఁకటిచేత. ధాతవః=లోహములు.

## అథ వింశోపాఖ్యానమ్.

సదణ్డకన్థాం ఖటికాం మునే స్తు గృహీతరాజ్యాయ విపక్షభూపైః
దిదేశ రాజన్యకుమారకాయ రా జేతి సైషా ప్రతి మాభిధత్తే.

పున రపి రాజా సింహాసన మారురోహ. తావ దన్యా సాలభఞ్జికాఽఽక్షిప్య జగాద—'భో రాజన్, విక్రమ స్యౌదార్యాదిగుణా యస్య స న్తి, సోఽ స్మిన్ సింహాసన ఉపవిశతు.' రాజా.—'కథయ త స్యౌదార్యాదివృత్తా న్తమ్.' సావదత్.—రాజన్, శ్రూయతామ్.

విక్రమో రాజా షణ్మాసాన్ రాజ్యం కృత్వా షణ్మాసాన్ దేశా న్తరం పరిభ్రమ న్నా స్త. ఏవ మేకదా నానాదేశాన్ పరిభ్రమ్య పద్మాలయం నామ నగర మగమత్. తన్నగరా ద్బహిస్స్థితోద్యానవనే మనోహరం విమలోదకం చ సరోవరం దృష్ట్వా తత్రోదకం పీత్వా కుత్రాపి తరుతలే సుఖ ముపవివేశ. తత్రాన్యే కేచన వైదేశికాః సమాగత్య జలపానం విధా యోపవిశ్య పరస్పరం గోష్ఠీ మకుర్వన్త:'అహో! అస్మాభి ర్బహవో దేశా దృష్టాః, బహూని తీర్థాని సేవితాని, అతిదుర్గమాః పర్వతాః సమారూఢాః; పర మేకత్రాపి మహాపురుషదర్శనం నాభూత్.'

తే ష్వేకః.—"కథం మహాపురుషదర్శనం భవిష్యతి? యత్ర మహాపురుషో వర్తేత త ద తీవదుర్గమ మేవ భవేత్. బహవో మధ్యే విఘ్నాః సమాపత న్తి. దేహ స్యాపి నాశో భవతి. యత్ర చ శరీర మేవ నశ్యేత్, సోఽయ ముద్యమః కతమాయ ఫలాయ? ప్రథమ మాత్మై వ రక్షణీయో బుద్ధిమతా పురుషేణ. ఉక్తం చ:

ఆపదర్థం ధనం రక్షే, ద్దారాన్ రక్షే ద్ధనై రపి,
ఆత్మానం సర్వదా రక్షే, ద్దారై రపి ధనై రపి.

తస్మాత్ సర్వత ఏ వాత్మానం గోపాయేత్. అన్య చ్చ, సర్వధర్మాణాం శరీర మేవ ప్రథమం సాధనమ్. తథా హి:

అపి క్రియార్థం సులభం సమిత్కుశం? జలా న్యపి స్నానవిధిక్షమాణి తే?
అపి స్వశక్త్యా తు తపః ప్రవర్తతే? శరీర మాద్యం ఖలు ధర్మసాధనమ్.

తథా చ: పున ర్జాయా, పున ర్విత్తం, పునః క్షేత్రం, పునః సుతాః,
పునః శుభాశుభం కర్మ, శరీరం న పునః పునః.

తస్మా న్మనీషీ సాహసం న కుర్వీత. తథా చోక్తమ్:

---

సదణ్డకన్థామ్=కఱ్ఱతోను బొంతతోను కూడుకొన్న. ఖటికామ్=బలపమును. విపక్షభూపైః=శత్రు రాజులచేత. దిదేశ=ఇచ్చెను...వైదేశికాః=పరదేశస్థులు... సమాపతన్తి=కలుగును...దారాన్=భార్యను...మనీషీ=పండితుఁడు,

అఫలాని దురన్తాని సమవ్యయఫలాని చ
అశక్యాని చ కార్యాణి నారభేత విచక్షణః.

కిం చ: పర్వతం విషమం ఘోరం బహువ్యాఘ్రసమాకులం
నారోహతి నరః ప్రాప్తసంశయో హి కదాచన.

యత్కార్యం పురుషేణ క్రియతే తద్విచార్యైవ కర్తవ్యమ్. యత్ర చ ఫలం నాస్తి, స్వల్పం చ యత్ర ఫలం భవతి, తస్మిన్ కార్యే శరీరస్యైవ నాశో భవిష్యతీతి తన్న కుర్యాత్."

రాజాపి తస్య వచనం శ్రుత్వా సన్నిధా యావదత్.—"వైదేశికాః, కి మేవ ముచ్యతే? యావత్ పురుషేణ పౌరుషం సాహసం చ న క్రియేత, తావత్ సర్వ మపి దుర్లభమ్. ఉక్తం చ:

వస్తూని దుర్లభా న్యపి లభ్యన్తే వాఞ్ఛితాని సాహసికైః;
సంజీవిన్యమృతాద్యా హనుమద్గరుడాదిభి ర్హృతా హి ఖలు.
విశతి కదాచి ద్గగనం, ఖాతాత్ పాతాళతో౽పి జల మేతి,
దైవ మచిన్త్యం బలవ, ద్బలవా నిహ గణ్య ఏవ పౌరుషవాన్.

అక్లేశతః సుఖాని న లభ్యన్తే. తథా చ:

దురధిగమః పరభాగో యావత్ పురుషేణ పౌరుషం న కృతమ్;
హరతి తులా మధిరూఢో భాస్వా నుద్యన్ హి జలదపటలాని.

తత స్తద్రాజనచనం శ్రుత్వా వైదేశికా అపృచ్ఛన్—'భో మహాసత్త్వ, తర్హి కిం కార్యం కథయ.' రాజా.—'మహాపురుషదర్శన మేవ కర్తవ్యమ్. అస్మా న్నగరా ద్ద్వాదశయోజనపర్యన్తం యది గమ్యతే, తత్ర మహారణ్యమధ్యే విషమః కశ్చిత్ పర్వతో౽స్తి. తదుపరి త్రికాలనాథో నామ యోగీ విద్యతే. స తు సేవితో వాఞ్ఛితార్థకం దాస్యతి. అహం తత్ర గమిష్యామి.' వైదేశికాః.—'తర్హి వయ మపి తత్రాగమిష్యామః.' రాజా.—'సుఖ మాగమ్యతామ్.' తత స్తే రాజ్ఞా సహ నిర్గత్య మహా దరణ్య మతివిషమం దృష్ట్వా రాజాన మూచుః—'భో మహాసత్త్వ, కియద్దూరే పర్వతో౽స్తి?' రాజా.— 'ఇతో౽ష్టౌ యోజనాని విద్యన్తే.' వైదేశికాః.—'తర్హి వయం నాగమిష్యామః, మహ ద్దూర మస్తి. మార్గో౽ప్యతివిషమ ఇవ దృశ్యతే.' రాజా.—"వైదేశికాః, వ్యవసాయినాం కి న్నామ దూరమ్?

నాత్యుచ్చం శిఖరం మేరో, ర్నాతినీచం రసాతలం,
వ్యవసాయప్రసక్తానాం నాతిపారో మహోదధిః.

---

పరభాగః=ఉత్కర్ష. తులామ్=త్రాసును, తులారాశిని. జలదపటలాని=మేఘసమూహములను....నీచమ్=లోతు, పల్లము. రసాతలమ్=పాతాళము. వ్యవసాయ

కోఽతిభారః సమర్థానాం? కః పరః ప్రియవాదినాం?
కో విదేశః సవిద్యానాం? కిం దూరం వ్యవసాయినామ్!

పున రపి కతిచి ద్యోజనాని కథ మ ప్యతీత్య పురతో మహాకరాళవదనం విషాగ్ని ముద్వమ న్త మతిభయఙ్కరం సర్పం మార్గ మావృత్య స్థిత మద్రాక్షుః. తే తు తం దృష్ట్వా భయాత్ పలాయామ్బభూవుః. రాజా పున రభిగన్తుం ప్రావర్తత. తతః స సర్పః సమాగత్య రాజానం పరివేష్ట్యాదశత్. తత స్తేన వేష్టితో విషవేగా న్మూర్ఛన్న ప్యతిదుర్గమం తం పర్వత మారుహ్య యోగినం త్రికాలనాథం దృష్ట్వా నమశ్చకార. యోగిసందర్శనమాత్రేణ సర్ప స్తం ము క్త్వాపససార. రాజాపి నిర్విషో బభూవ. యోగీ.— 'భో మహాసత్త్వ, మహాప్రమాదభూయిష్ఠ మేత దమానుషం స్థాన మతిక్లేశేన కిమర్థ మాగతోఽసి?' రాజా.— 'భోః స్వామిన్, అహం భవత్సందర్శనార్థ మేవ సమాగతోఽస్మి.' యోగీ.—'తర్హి మహాకష్ట మనుభూతం త్వయా.' రాజా.— "కి మపి కష్టం నా స్తి. భవత్సందర్శనమాత్రేణ సకల మపి కల్మషం నామశేష మభూత్. కష్టం తు కియత్? అ ద్యాహం ధన్యోఽస్మి, యతో మహతాం సందర్శన మతిదుర్లభ మభజమ్. కిం చ, యావ దిదం శరీరం దృఢం, యావ దిన్ద్రియాణి స్వస్థాని, పురుషేణ పుణ్యేన తావ దాత్మహిత మనుష్ఠేయమ్. తథా చోక్తమ్:

యావత్ స్వస్థ మిదం శరీర మరుజం, యావ జ్జరా దూరతో,
యావ చ్చేన్ద్రియశక్తి రప్రతిహతా, యావత్ క్షయో నాయుషః,
ఆత్మశ్రేయసి తావ దేవ విదుషా కార్యః ప్రయత్నో మహాన్;
సందీప్తే భవనే తు కూపఖననం ప్ర త్యుద్యమః కీదృశః?

తతః ప్రసన్నో యోగీ రాజ్ఞే ఖటికాం యోగదణ్డం కన్థాం చ దత్త్వాబ్రవీత్: "భో రాజ, న్ననయా ఖటికయా భూమౌ యావత్యో రేఖా లిఖ్య న్తే తావ న్తి యోజనా న్యేకస్మిన్ క్షణే గన్తుం శక్యతే. అమునా యోగదణ్డేన దక్షిణహస్తవిధృతేన స్పృశ్యతే యది మృతం సైన్యం సజీవం భూ త్వోత్తిష్ఠతి; వామహస్తే ధృత్వా వైరిసైన్యం దృశ్యతే యది తదా సర్వ మపి త న్నశ్యేత్. ఇయం కన్థా పున రీప్సితం వస్తు దదాతి." రాజా తత స్తాని గృహీత్వా యోగినం నమస్కృ త్యానుజ్ఞాం లబ్ధ్వా ప్రత్యాజగామ. తావ న్మార్గే కశ్చి ద్రాజకుమారోఽభ్యగ్ని వర్తమానః కాష్ఠసంచయేన తం వర్ధయన్ పత నోన్ముఖ ఇ వాదృశ్యత. రాజా త మపృచ్ఛత్ -'భోః సౌమ్య, కి మేతత్ క్రియతే?'

---

ప్రసక్తానామ్=ప్రయత్నమందు అంటియున్న వారికి, ప్రయత్నించువారికి. నాతిపారః=దూరమయిన అవతలిగట్టు గలది గాదు (దగ్గఱ). మహోదధిః=పెద్దసముద్రము. పరః=శత్రువు....కరాళ వదనమ్=భయంకరపు ముఖముగలదైన. ఉద్వమ న్తమ్=క్రక్కుచున్న. ఆవృత్య=చుట్టుకొని. అభ్యగ్ని=నిప్పునెదుట.

కుమారః.— 'అహం కస్యచి ద్రాజ్ఞః కుమారః. మమ రాజ్యం దాయాదై రపహృతమ్. దరిద్రోఽహం జీవితం ధారయితు మసహమానోఽగ్నిం ప్రవేష్టుం కాష్ఠాని సంచినోమి.' త చ్ఛ్రుత్వా రాజా త స్యాభయం దత్త్వా ఖటికాం యోగదణ్డం కన్థాం చ దత్త్వా తేషాం గుణా నకథయత్. తదనన్తరం సంతుష్టచిత్తో రాజకుమారో రాజానం ప్రణమ్య స్వదేశ మగమత్. రాజా విక్రమోఽప్యుజ్జయినీనగర మగమత్.

ఇమాం కథాం కథయిత్వా సాలభఞ్జికా రాజాన మవదత్-'భో రాజన్, త్వయ్యేవ మౌదార్యం ధైర్యం పరోపకార శ్చ యది విద్యన్తే, త ర్హ్యస్మి న్సింహాసన ఉపవిశ.' త చ్ఛ్రుత్వా రాజా తూష్ణీ మపససార.

ఇతి వింశోపాఖ్యానమ్.

---

## అథైకవింశోపాఖ్యానమ్.

---

అత్రానర్గళనామ్నా కథితం తప్తోదకం సరః ప్రాప్య
అమరీదత్తాః సిద్ధీ ర్విప్రా యాప్టా దదా వితి బ్రూతే.

భూయోఽప్యేకదా భోజరాజః సింహాసనసమారోహణసముచితవేషః సమాగత్య పాఞ్చాలికయా నివారిత స్తా మాహ: 'కథయ త స్యౌదార్యవృత్తాన్తమ్.' సాఽబ్రవీత్, శ్రూయతాం రాజన్.

విక్రమే రాజ్యం కుర్వతి బుద్ధిసిన్ధు ర్నామ తస్య మన్త్రీ సమభవత్. తస్య పుత్రోఽనర్గళః. స ఘృతోదనం భుక్త్వా కుమారవృత్త్యా కాల మనయత్. క మపి విద్యాభ్యాసం నాకరోత్.. ఏకదా పితా త మవాదీత్ :—

భో అనర్గళ, త్వం మ మోదరా జ్జాతోఽసి. పరం దుర్విధేయో, విద్యాభ్యాసం న కరోషి, మూర్ఖ స్తిష్ఠసి. శృణు,

అపుత్రస్య గృహం శూన్యం, దేశః శూన్యో హ్యబాన్ధవః,
మూర్ఖస్య హృదయం శూన్యం, సర్వశూన్యా దరిద్రతా.

మ మాపి కోఽప్యర్థ స్త్వత్తో నాస్తి. తథా చోక్తమ్:

కోఽర్థః పుత్రేణ జాతేన, యో న విద్వాన్ న ధార్మికః?
తయా గవా కిం క్రియతే, యా న దోగ్ధ్రీ న గర్భిణీ?

తథా చ: వరం గర్భస్రావో, వర మృతుషు నైవాభిగమనం,
వరం జాతః ప్రేతో, వర మపి చ కన్యైవ జనితా,

---

అపససార=అవతలికి పోయెను....అమరీ=దేవస్త్రీచేత....అనర్గళః=అనర్గళుఁ డను పేరుగలవాఁడు....ప్రేతః=శవము.

వరం వన్ధ్యా భార్యా, వర మగృహవాసే నివసనం,
న చే ద్విద్వాన్ కశ్చి ద్ద్రవిణమదయుక్తోఽపి తనయః.

ఏత చ్ఛ్రుత్వా స పశ్చాత్తాపసంతప్తోఽనర్గళో వైరాగ్యం ప్రాప్య దేశాన్తరం జగామ. తస్మిన్ దేశాన్తరే కస్యచి దుపాధ్యాయస్య సకాశాత్ సకలశాస్త్రాణి మహతా కాలేన పఠిత్వా నిజనగరం ప్రత్యాగచ్ఛన్, మార్గే మధ్యేరణ్యం క మపి దేవాలయ మపశ్యత్. దేవాలయసమీపే పద్మషణ్డమణ్డితం చక్రవాకమిథునాలంకృత మతివిమలోదకం సరోవర మాసీత్. తత్సరోవరైకదేశేఽతిసంతప్తముదక మదృశ్యత. ఏతత్ సర్వం పశ్యన్ తత్రోపవివేశ. తతః సూర్యోఽస్తమగమత్. తదనన్తర మర్ధరాత్రసమయే తప్తోదకమధ్యా దష్ట దివ్యస్త్రియో నిర్జగ్ముః. తా దేవాలయం గత్వా దేవస్యావాహనాదీన్ షోడశోపచారాన్ కృత్వా నృత్తగీతాదిభి ర్దేవ మతోషయన్. తతో దేవః ప్రసన్నో భూత్వా తాభ్యః ప్రసాద మదాత్. ఏతత్ సర్వ మప్యనర్గళః పశ్యన్ ప్రభాతసమయే నిర్గమనవేళాయాం తాభి ర్వ్యలోకి. తాసా మేకా జగాద ‘భోః సౌమ్య, ఏ హ్యస్మన్నగరం గమిష్యామః.’ సోఽపి బాఢ మితి తయా సహ గచ్ఛన్ తప్తోదకమధ్యప్రవిష్టాసు తాసు భయా దపసృత్య స్వనగర మాగత్య పితృప్రముఖాన్ సర్వాన్ బన్ధూ నపశ్యత్. పరేద్యూ రాజదర్శనార్థం గత్వా రాజానం ప్రణమ్యోపవివేశ. రాజా సకుతూహల మపృచ్ఛత్-‘భో అనర్గ ళైతావన్తి దినాని కుత్ర గతోఽసి?’ అనర్గళః.—‘విద్యాభ్యాసార్థం దేశాన్తరం గతోఽస్మి.’ రాజా.—‘తస్మిన్ దేశే కిం కి మపూర్వం దృష్టమ్?’ అనర్గళేన తప్తోదకవృత్తాన్తోఽభ్యధాయి.

తచ్ఛ్రుత్వా రాజా తేన సహ తత్స్థానం గతవాన్. తతః సూర్యోఽస్తం జగామ. తత్రార్ధరాత్రసమయే తా దివ్యస్త్రియ స్తస్మాత్ సరోవరతప్తోదకమధ్యా న్నిర్గత్య దేవసమీపం గత్వా పూజాం విధాయ నృత్తగీతాదినా దేవ ముపస్థాయ ప్రభాతే న్యవర్తన్త. తావత్ తాసాం మధ్యే కాచి దఙ్గనా రాజానం దృష్ట్వా సమవదత్-‘భోః సౌమ్య, ఏహి మమ నగరం గచ్ఛామః.’ త చ్ఛ్రుత్వా రాజా తా అనుససార. తాః సర్వా స్తప్తోదకమధ్యే ప్రవిష్టాః సత్యః పాతాళే నిజనగరం జగ్ముః. రాజాపి తప్తోదకమధ్యే మగ్నః సన్ స హైవ తాభి ర్జగామ. తత స్తా స్తం దృష్ట్వా తవ సేవాం కరిష్యామ ఇ త్యూచుః. రాజా.—‘కిం మ దన్యో రాజా నాస్తి? మ మాపి రాజ్య మస్తి. అహ మేతత్ కుతూహలం ద్రష్టుం సమాగతోఽస్మి.’ కన్యాః.— ‘భో

---

ద్రవిణ=ధన....షణ్డ మణ్డితమ్=సమూహముచేత అలంకృతమైన. బాఢమ్ = సరియే. పరేద్యుః=మఱునాఁడు. అభ్యధాయి=చెప్పఁబడెను....ఉపస్థాయ=ఆరాధించి.

మహాసత్త్వ, వయం ప్రసన్నాః; వరం వృణీష్వ.' రాజా.-'భవత్యః కాః?' కన్యాః.-'వయం మహాసిద్ధయః.' రాజా.-— 'తర్హి మహ్య మష్టౌ సిద్ధీ ర్దిశత.' తతో రాజ్ఞే తా అష్టౌ రత్నాని దదుః. తా న్యష్టసిద్ధియుక్తాని రత్నాని గృహీత్వా తస్మాదకా న్నిర్గత్య స్వనగర మాజగామ.

తావ న్మార్గే కశ్చి ద్బ్రాహ్మణః సమాగత్య,-
'ఉత్పన్నో నాభికమలే హరే ర్య శ్చతురాననః
స పాతు సతతం యుష్మా న్వేదానా మగ్రపారగః.'-

ఇ త్యాశిషం కృత్వా ప్రాహ:-—

శూరః సురూపః సుభగః సుదృక్ చ శాస్త్రా చ శాస్త్రార్థవిదాం వరిష్ఠః
అర్థం వినా నైవ కలాకలాపం ప్రాప్నోతి మర్త్యోఽత్ర మనుష్యలోకే.

కిం చ: తా నీన్ద్రియా ణ్యవికలాని, త దేవ నామ,
సా బుద్ధి రప్రతిహతా, వచనం త దేవ,
అర్థోష్మణా విరహితః పురుషః క్షణేన
సోఽప్యన్య ఏవ భవ తీతి విచిత్ర మేతత్.—

ఇ త్యుక్త్వా 'రాజ న్నహం మహాదారిద్ర్యపీడితో బహుపుత్త్రపౌత్త్రాదికుటుమ్బః సంసారం పరిత్యజ్య గఙ్గాప్రవేశం కరిష్యా మీతి నిర్గతోఽస్మి. అత స్త్వత్రభవతా మమ దారిద్ర్యనివారణం కర్తవ్యమ్.' ఇ త్యవదత్. రాజా తద్వచనం శ్రుత్వా తస్య తా న్యష్ట రత్నాని దదౌ. స విప్రో రాజానం స్తుత్వా తాని రత్నాని గృహీత్వా స్వపురం జగామ. రాజా ప్యుజ్జయినీ మగమత్.

ఇమాం కథాం కథయిత్వా సాలభఞ్జికా రాజాన మబ్రవీత్-'భో రాజన్, త్వయీదృశ మౌదార్యం ధైర్యం చ విద్యేతే చేత్, త హ్యస్మి న్సింహాసన ఉపవిశ.' త చ్ఛ్రుత్వా రాజా తూష్ణీ మగమత్.

ఇ త్యేకవింశోపాఖ్యానమ్.

---

## అథ ద్వావింశోపాఖ్యానమ్.

---

అత్ర హి నీలమహీధ్రే కామాక్షీమన్దిరే బిలాత్ సహసా
ఉద్ధృత్య తు రసకుమ్భం ద్విజాతయే దత్త్వా నితి బ్రూతే.
భూయోఽపి ధారానగరీధూర్వహే విశ్వమ్భరాధినాథే సమాగతే పాఞ్చాలి

---

కలాపమ్=సమూహమును....అవికలాని=దృఢమయినవి....నీల మహీధ్రే=నీల పర్వతమందు. రసకుమ్భమ్=పాదరసపుఘుటమును. ద్విజాతయే=బ్రాహ్మణునికి.

కా న్యాబ్రవీత్: భో రాజన్, శ్రూయతామ్:—

విక్రమాదిత్యో రాజ్యం కుర్వ న్నేకదా పృథ్వీపర్యటనార్థం నిర్గత్య నానా దేవాలయతీర్థపర్వతాదికం దృష్ట్వా కదాచి న్మహారత్నమయప్రాకారపరివృత మభ్రంలిహప్రాసాదోపశోభిత మనేకహరిహరాలయపవిత్రితం నగర మేక మపశ్యత్. తత్ర నగరోపాన్తగం నారాయణాలయం గత్వా తత్ర సరోవరే స్నాత్వా దేవం నమస్కృత్య తుష్టావ:

మయా జ్ఞాతం జగన్నాథ మౌన మేవ జగత్పతే,
కో జానాతి పరం బ్రహ్మ హరిం వాచా మగోచరమ్.

నాన్యం వదామి, న శృణోమి, న చిన్తయామి,
నాన్యం స్మరామి, న భజామి; న చాశ్రయామి,
ముక్త్వా త్వదీయచరణామ్బుజ మాదరేణ;
శ్రీశ్రీనివాస, పురుషోత్తమ, దేహి దాస్యమ్.

కరచరణకృతం వా కర్మవాక్కాయజం వా
శ్రవణనయనజం వా మానసం వాపరాధం
విహిత మవిహితం వా సర్వ మేతత్ క్షమేథా.
జయ జయ కరుణాబ్ధే శ్రీపతే శ్రీముకున్ద.

ఏవమాది బహుధా స్తుత్వా రఙ్గమణ్టపే విశశ్రామ.

తత్ర కశ్చి ద్బ్రాహ్మణః సమాగత్య రాజసమీపే సముపవివేశ. తదాత్వే రాజావదత్-'భో బ్రాహ్మణ, కుతస్త్యో భవాన్?' బ్రాహ్మణః.—'అహం కశ్చిత్ తీర్థయాత్రాం కరోమి. భవాన్ కుతః సమాగతః?' రాజా.—'అహం భవాదృశః కశ్చిత్ తీర్థయాత్రాపరాయణః.' బ్రాహ్మణః సమ్య గ్రాజాన మవలోక్యాపృచ్ఛత్:"కో భవానతి తేజస్వీ దృశ్యతే? త్వయి రాజలక్షణాని సర్వాణి దృశ్యన్తే; త్వం రాజసింహాసన మర్హసి; కుతః పృథివీం పర్యటసి? అథ వా లలాటలిఖితం కో వా లఙ్ఘయతి!

త్రిలోకేశః శార్ఙ్గీ శబరశరలక్ష్యత్వ మగమ;
ద్విధాతా లోకానా మలభత శిరఃకృన్తనవిధిమ్;

---

అభ్రంలిహ=ఆకాశమును నాకునట్టి, అనఁగా అత్యున్నతమైన....వాచామ్ అగోచరమ్=మాటలకు విషయముకానటువంటి....క్షమేథాః = క్షమింపుదువు. కరుణాబ్ధే=దయాసముద్రుఁడా. ముకున్ద=మోక్షమిచ్చువాఁడా.

త్రిలోకేశ ఇతి = మూఁడులోకములకు ప్రభువయిన విష్ణువు (కృష్ణుఁడు) చెంచువానిబాణమునకు గుఱియైనాఁడు, లోకములను చేయువాఁడు (బ్రహ్మ) శిరశ్ఛేదమును పొందినాఁడు, ప్రసిద్ధులైన సూర్యచంద్రులు రాహువునకు కబళ మయినారు,

ప్రయాతౌ తౌ రాహో ర్దినకరశశాఙ్కౌ కబళతాం;
ప్రభు ర్గఙ్గః శమ్భుః; శిరసి లిఖితం లఙ్ఘయతి కః?

కించ: హరిణాపి హరేణాపి బ్రహ్మణాపి సురై రపి
లలాటలిఖితా రేఖా పరిమార్ష్టుం న శక్యతే."

తద్వచనం శ్రుత్వా రాజాఽప్యఙ్గీచకార. ఉక్తం చ:

యుక్తియుక్త ముపాదేయం వచనం బాలకా దపి,
విదుషా మపి తత్ త్యాజ్య మయుక్తం పద్మజన్మనః.

రాజా.— 'భో బ్రాహ్మణ, కిమర్థ మతిశ్రాన్త ఇవ దృశ్యసే?' బ్రాహ్మణః.— 'శ్రమకారణం కథయామి. కష్ట మతీవ ప్రాప్తోఽస్మి.' రాజావదత్ - 'కథ్యతాం తస్య కష్టస్య కారణమ్.' బ్రాహ్మణః— "భో రాజన్, శ్రూయతామ్. ఇతో నాతిదూరే నీలో నామ పర్వతోఽస్తి. తత్ర కిఞ్చిత్ పాతాళబిల మస్తి. తన్మధ్యే కామాక్షీ నామ దేవతా వసతి. మధ్యే చ తస్య కశ్చి ద్రసకుమ్భో దృశ్యతే. తేన చ రసేన ధాతవః సువర్ణతాం యాన్తి. ద్వాదశ వర్షాణి కామాక్షీమన్త్రజప మకరవమ్. మయా బిలద్వారం నోద్ఘాట్యతే. తే నాతిదుఃఖితోఽస్మి." రాజాబ్రవీత్ - 'తత్స్థానం మమ దర్శయ. కోఽప్యుపాయః క్రియతే.'

తత స్తేన రాజ్ఞే తత్స్థానం దర్శితమ్. తత స్తస్యా మేవ రాత్రౌ రాజ్ఞః స్వప్నే దేవతా సమాగత్య జగాద-'రాజన్, త్వం కిమర్థ మాగతోఽసి? అత్ర ద్వాత్రింశల్లక్షణయుక్తస్య పురుషస్య కణ్ఠరక్తసేచనం వినా బిలద్వారం నోద్ఘాట్యతే.' ఏత ద్దేవతావచనం శ్రుత్వా రాజా ప్రబుధ్య బిలద్వారసమీపం గత్వా నిజకణ్ఠం ఛేత్తు ముపచక్రమే. తావ ద్దేవతా.— 'భో రాజన్, సాహసప్రియ, త వాహం ప్రసన్నాస్మి. వరం వృణీష్వ.' రాజా.— 'దేవి, యది ప్రసన్నాసి, త ర్హ్యస్మై బ్రాహ్మణాయ రసకుమ్భం ప్రయచ్ఛ.' దేవతాపి బాఢ మితి బిలద్వార ముద్ఘాట్య బ్రాహ్మణాయ రసకుమ్భం దదౌ. సోఽపి రాజానం స్తుత్వా నిజస్థానం జగామ. రాజాపి నిజనగర మగమత్.

ఇమాం కథాం కథయిత్వా సాలభఞ్జికా రాజాన మబ్రవీత్: 'భో రాజన్, త్వ య్యేవ మౌదార్యం సాహసం పరోపకార శ్చ విద్యన్తే చేత్, త ర్హ్యస్మిన్ సింహాసనే సముపవిశ.' త చ్ఛ్రుత్వా రాజా తూష్ణీం గతః.

ఇతి ద్వావింశోపాఖ్యానమ్.

---

సర్వైశ్వర్యుఁడైన సాంబమూర్తి దిగంబరుఁడైనాఁడు, తల వ్రాఁత, యెవఁడు దాఁటును?.

పరిమార్ష్టుమ్=తుడుచుటకు... ఉపాదేయమ్=గ్రహింపఁదగినది... పద్మజన్మనః=బ్రహ్మదేవునివలన... నోద్ఘాట్యతే=తెఱవఁబడదు.... సేచనమ్=తడుపుట.

## అథ త్రయోవింశోపాఖ్యానమ్.

---

ఏష హి విక్రమభూపో దుస్స్వప్నాలోకనోపశమనాయ
నిజకోశం త్రీణి దినా న్యకరో జ్జనసా దితి బ్రూతే.

పున రపి రాజా యావత్ సింహాసన మారోఢు మాజగామ, తావ దన్యా సాలభఞ్జికా భణత్:—భో రాజన్, తవ సింహాసన సమారురుక్షా గరీయసీ దృశ్యతే; ఇదం పున రాసనం విక్రమాదిత్యసదృశ మేవ క్షమేత. శృణు తస్య రాజ్ఞో గుణాన్.

ఏకదా విక్రమో మహీం పరిభ్రమన్ నిజనగర మాగచ్ఛత్. తదా నగరవాసినః సర్వే పరమానన్ద మవాపుః. రా జాపి స్వశుద్ధాన్తం ప్రవిశ్య మధ్యాహ్నసమయే సుగన్ధితైలాక్తః స్నాత్వానన్తరం వస్త్రాభరణాదిభి రలంకృతః సన్ దేవ మర్చయిత్వా,

'త్వ మేవ మాతా చ, పితా త్వ మేవ, త్వ మేవ బన్ధు శ్చ, గురు స్త్వ మేవ,
త్వ మేవ విద్యా, ద్రవిణం త్వ మేవ, త్వ మేవ సర్వం మమ దేవదేవ.
నమో నమః కారణకారణాయ నారాయణా యామితవిక్రమాయ
శ్రీశార్ఙ్గచక్రాసిగదాధరాయ నమో నమ స్తే పురుషోత్తమాయ.'—

ఇతి దేవం స్తుత్వా నమస్కృత్య గోభూతిలాది నానావిధ నిత్యదానాని నిర్వర్త్య దీనాన్ధబధిరకుబ్జపఙ్గ్వాదిభ్యో భూరి దత్త్వా భోజనగృహం ప్రవిశ్య బాలసువాసినీవృద్ధాదీన్ భోజయిత్వా స్వయ మన్యై ర్బన్ధుభిః సాక మభ్యవజహార. సాధు చేదమ్:

బాలాన్ సువాసినీ వృద్ధాన్ గర్భిణ్యాతురకన్యకాః
సంభోజ్యాతిథివృద్ధాం శ్చ దమ్పత్యోః శేషభోజనమ్.

అన్యచ్చ: ఏక ఏవ న భుఞ్జీత య దిచ్ఛే ద్వృద్ధి మాత్మనః,
ద్విత్రై స్తు బన్ధుభిః సాకం భోజనం కారయే న్నరః.
అభీష్టఫలసంసిద్ధి రిష్టకార్యార్థసంపదః
ద్విత్రై స్తు బన్ధుభిః సాకం భోజనేన ప్రజాయతే.

తతః కఞ్చిత్ కాలం కతిపయాని పదాని పరిక్ర మ్యోపవివేశ. ఉక్తం చ:

భుక్త్వోపవిశతో మన్దం, భుక్త్వా సంవిశతః సుఖమ్,
ఆయుష్యం క్రమమాణస్య, మృత్యు ర్ధావతి ధావతః.

---

ఆలోకన = చూచుటయొక్క. కోశమ్=బొక్కసమును. జనసాత్ = జనులకు దానము. గరీయసీ=గొప్పది....అక్తః=అభ్యంజనము చేయఁబడినవాఁడై....అసి=కత్తి. అభ్యవజహార=భోజనముచేసెను....ఆతుర=రోగులను....ద్విత్రైః= ఇద్దఱుముగ్గురతో. ...భుక్త్వా ఉపవిశతః మన్దమ్=భుజించి కూర్చుండువానికి అగ్నిమాంద్యము (కలుగును). సంవిశతః=పరున్నవానికి. క్రమమాణస్య=నడచువానికి. ధావతః=పరువెత్తు

అత్యమ్బుపానా దతిసంగమా చ్చ దివా చ సుప్తే ర్నిశి జాగరా చ్చ
నిరోధనా న్మూత్రపురీషయో శ్చ షడ్భి ర్నిదానైః ప్రభవన్తి రోగాః.

అథ రాజని సమానవయోవిద్యైః ప్రియమిత్రై ర్గోష్ఠీం కుర్వతి, క్రమేణ భగవా న్మరీచిమాలీ చరమగిరిశిఖర మవతతార. అథ రాజా సముత్థాయ సాయన్తనం కర్మకలాపం నిర్వర్త్య భుక్త్వా శయనగృహం ప్రవిశ్య తత్ర శశికరనికరప్రభాభాసురపటపరిస్తీర్ణే సురభికుసుమవిసరవికీర్ణే విచిత్రతరోల్లోచసముల్లాసితే పర్యఙ్కే సుఖం సుష్వాప. ప్రభాతసమయే స్వప్నే స్వయ మాత్మానం మహిష మారుహ్య దక్షిణాం దిశం గచ్ఛన్తం దృష్ట్వా సహసా ప్రబుద్ధో విష్ణుం స్మరన్ సముత్థాయ సంధ్యాదికర్మాణి సమనుష్ఠాయ సింహాసనే సముపవిష్టో బ్రాహ్మణానాం పురతః స్వప్నవృత్తాన్త మకథయత్.

త చ్ఛ్రుత్వా సర్వజ్ఞభట్టనామా ప్రాహ:—"భో రాజన్, స్వప్నా స్తు ద్వివిధాః. కేచన శుభాః శుభఫలం ప్రయచ్ఛన్తి; కేచ నాశుభా అశుభఫలం ప్రయచ్ఛన్తి.

తత్ర శుభాః:—

ఆరోహణం గోవృషకుఞ్జరాణాం ప్రాసాదశైలాగ్రవనస్పతీనాం
విష్ఠానులేపో రుదితం నితాన్తం శుభా న్యగమ్యాగమనం చ స్వప్నే.

అశుభా శ్చ:—

ఆరోహణం కణ్టకవృక్షవాహద్వైర్యుష్ట్రికాణా మథ దర్శనాని
కార్పాసతీవ్రోరగపోత్రిశాఖామృగాదీనా మశుభాని లోకే.
ఖరోష్ట్రిమహిషవ్యాఘ్రాన్ స్వప్నే య స్త్వధిరోహతి
షణ్మాసాభ్యన్తరే తస్య మృత్యు ర్భవతి నిశ్చయాత్.

ఫలకాల శ్చ:—

స్వప్న స్తు ప్రథమే యామే వత్సరేణ విపాకభాక్,
ద్వితీయే చాష్టభి ర్మాసై, స్త్రిభి ర్మాసై స్తృతీయకే.
అరుణోదయవేళాయాం దశాహేన ఫలం భవేత్,
గోవిసర్జనవేళాయాం సద్యః స్వప్నఫలం భవేత్.

కిం బహునా? భో రాజ న్నయం దుస్స్వప్నః. త వారిష్టకారీ."

---

వానికి....దివా సుప్తేః చ=పగలు నిద్రించుటవలనను. పురీష=మలము. నిదానైః=కారణములచేత....మరీచి మాలీ=కిరణ మాలికలు కలవాఁడు, సూర్యుఁడు. చరమ గిరి=పడమటి పర్వతము. అవతతార=దిగెను. ఉల్లోచ=మేలుకట్టు. పర్యఙ్కే=మంచమందు. ...కుఞ్జర=ఏనుఁగు. వనస్పతి=పూవక కాచెడు చెట్టు. విష్ఠా. అనులేపః=అశుద్ధముయొక్క పూఁత....వాహద్వైరి=దున్నపోతు. ఉష్ట్రిక=లొట్టిపిట్ట. కార్పాస=దూది. పోత్రి=పంది. శాఖామృగ=కోఁతి...అరుణోదయ=వేకువ...అరిష్ట=అశుభ...ఆజ్య అవే

ష్ఠాన్ ప్రతిష్ఠాననగరవాసినో మహాజనాన్ కుశలప్రశ్నప్రశంసాపూర్వకం రాజా విక్రమో వదతి:—భవన్నగరే చతుర్ణాం వణిక్పుత్త్రాణాం విభాగనిర్ణయో యేన కృతః సోఽస్మదన్తికం ప్రేషయితవ్య ఇతి.” ఏవం మహాజనా రాజ్ఞా ప్రేషితాం పత్త్రికాం వాచయిత్వా శాలివాహనం తమాహూయావాదిషుః-“శాలివాహన, రాజాధిరాజః శ్రీవీరప్రతాపశాలీ ప్రత్యర్థిపృథ్వీనాథనమస్కృతచరణసహస్రపత్త్రః శ్రీవిక్రమాదిత్యమహారాజ ఉజ్జయినీనగరవతంసః సకలార్థిలోకకల్పవృక్షః స్త్వాం సమాహ్వయతి. త్వం తత్ర గచ్ఛ.” శాలివాహనః.— ‘విక్రమో నామ రాజా కియాన్? తేనాహ మాహూతో న గచ్ఛామి. యది తస్య ప్రయోజన మస్తి, స్వయ మేవాగచ్ఛతు. మమ తదన్తికే కి మపి ఫలం నాస్తి.’ తస్య వచనం శ్రుత్వా మహాజనాః స నాయాతీతి పునః పత్త్రికాం లిఖిత్వా క మపి దూతం ప్రైషయన్. తతో రాజా పత్త్రికాం గృహీత్వా క్రోధానలేన దేదీప్యమానవిగ్రహోఽష్టాదశాక్షౌహిణీబలేన నిర్గత్య ప్రతిష్ఠాననగర మాగత్య శాలివాహనాయ దూతం ప్రైషయత్. తతో దూతః సమాగత్య శాలివాహనం దృష్ట్వావాదీత్: ‘భోః శాలివాహన, సకలరాజాధిరాజో విక్రమాదిత్య స్త్వాం సమాహ్వయతి. తస్య సందర్శనార్థ మాగచ్ఛ.’ శాలివాహనః.— ‘రే నాహ మేకాకీ రాజానం ద్రక్ష్యామి. చతురఙ్గబలసమేతః సన్ సమరాఙ్గణే విక్రమం పశ్యేయమ్. ఏవం రాజ్ఞే నివేదయ.’ తస్య వచనం శ్రుత్వా దూతో రాజ్ఞే నివేదయామాస. తచ్ఛ్రుత్వా విక్రమో యుద్ధాయ సంగరరఙ్గ మాజగామ.

శాలివాహనోఽపి కుమ్భకారగృహే మృణ్మయం హస్త్యశ్వరథపాదాతం మన్త్రేణ సముజ్జీవ్య తేన బలేన నగరా న్నిర్గత్య సమరాఙ్గణ మవజగాహే. తదాత్వే,

దిక్చక్రం చలితం, భయా జ్జలనిధి ర్జాతో భృశం వ్యాకులః,
పాతాళే చకితో భుజఙ్గమపతిః, పృథ్వీధరాః కమ్పితాః,

---

పుచ్చుకొనుట, అను ఆఱుకర్మలయందు ఆసక్తులును, (అహింసా సత్యాస్తేయాప్రతిగ్రహము లను) యమములును, (శౌచ సంతోష తప స్స్వాధ్యా యేశ్వరప్రణిధానము లను) నియమములును, మొదలయిన గుణములచేత మిక్కిలి గొప్పవారును (అగు). అన్తికమ్=సమీపము. వాచయిత్వా=చదివి. అవాదిషుః=చెప్పినారు. ప్రత్యర్థి పృథ్వీనాథ=శత్రు రాజుల. సహస్రపత్త్ర=కమల. వతంసః=శిరోభూషణము. కియాన్=ఏపాటివాఁడు. అక్షౌహిణీ=౨౧౮౭౦ రథములు, అన్ని యేనుఁగులు, ౬౫౬౧౦ గుఱ్ఱములు, ౧౦౯౩౫౦ కాల్బంట్లును, గల సేన. చతుః అఙ్గ బల సమేతః=రథ గజ తురగ పదాతులను నాలుగు భాగములుగల దండుతో కూడుకొన్నవాఁడై. సమర అఙ్గణే=యుద్ధక్షేత్రమందు. సఙ్గర రఙ్గమ్=యుద్ధక్షేత్రమునకు....అవజగాహే=ప్రవేశించెను.

చకితః=బెదరినవాఁడాయెను. పృథ్వీధరాః=కొండలు. భ్రాన్తా=దిర్దిరఁదిర

భ్రాన్తా సా పృథివీ, మహావిషధరాః క్ష్వేళం వమ న్త్యుత్కటమ్;
ఏవంవృత్త మభూ జ్జగ జ్జనపతేః సర్వం చమూనిర్గమే.

తథా చ: పవనమతిగతీనాం వాజినాం భూరిబృన్దై
ఘననిభగజయూథా రాజతే వీరసేనా;
రథరుచిరపతాకాప్రావృతం ఖం సమస్తం;
పటహపటునినాదైః భజ్యతే స్మ త్రిలోకీ.

అశ్వాఙ్ఘ్ర్యుత్థితరేణుభి ర్బహులతరై ర్వ్యాప్తం త్వశేషం నభః,
శస్త్రై రావృత మన్తరాళ మఖిలం, వ్యాప్తా విశాలా ధరా
నిర్ఘోషై రథజై, స్తతః ప్రతిహతా వా క్వాపి న శ్రూయతే,
వీరాణాం నినదైః ప్రభూతభయదై ర్వ్యక్తా ప్రసన్నా చమూః.

అనన్తర ముభయోః సైన్యయోః సంకులం యుద్ధం సమభూత్. తతో విక్రమార్కేణ శాలివాహనసైన్యం సర్వ మపి నిపాతితమ్. శాలివాహనోఽప్యతివిహ్వలః సన్ 'ఆపత్కాలే మాం స్మరే' తి పితృదత్తం వరం స్మృత్వా శేషం నాగేన్ద్రం పితరం సస్మార. శేషోఽపి సర్వాన్ సర్పాన్ ప్రేషయామాస. తై రాశీవిషై ర్దష్టమాత్రం విక్రమస్య సైన్యం నిఖిలం నిపపాత.

తదనన్తరం విక్రమో రాజా స్వయ మేకాకీ నివృత్య స్వసైన్యసముజ్జీవనార్థం తీర్థోదకే వర్ష మేకం వాసుకిం ప్రతి వ్రత మన్వతిష్ఠత్. తతో వాసుకిః ప్రసన్నో భూత్వా బభాషే 'భో రాజన్, వరం వృణీ ష్వే' తి. రాజా.—'భోః సర్పరాజ, యది ప్రసన్నోఽసి, తర్హి భుజఙ్గవిష వేగేన మూర్ఛితం మమ సైన్యం సంజీవయ.' త థేతి వాసుకి రమృతఘట మేక మదాత్. త మమృతఘటం గృహీత్వా రాజా విక్రమః సత్వర మాజగామ. తావ ద్బ్రాహ్మణః కశ్చిత్ సమాగత్య-

'హరే ర్లీలావరాహస్య దంష్ట్రాదణ్డః స పాతు వః
హేమాద్రిః కలశో యత్ర ధాత్రీ చ్ఛత్రశ్రియం దధౌ.'-

---

గాను. విషధరాః=పాములు. క్ష్వేళమ్=విషమును. ఉత్కటమ్=అత్యంతముగా. చమూనిర్గమే=సేన బయలువెడలుటలో.

పవన మతి గతీనామ్=గాలియొక్కయు మనస్సుయొక్కయు గమనముకలవైన. ఘన నిభ గజ యూథా=మేఘముల వంటి యేనుఁగుల మందగలది. పతాకా=జెండాలచేత. ఖమ్=ఆకాశము. పటహ=డప్పులయొక్క.

నభః=ఆకాశము. ప్రభూత=మిక్కిలి. . . .సంకులమ్=దొమ్మి. విహ్వలః=ఆశ్చర్యపడినవాఁడు. ఆశీవిషైః=పాములచేత.

హరే రితి= విష్ణుమూర్తి వరాహావతార మెత్తినప్పుడు, ఆవరాహము

ఇ త్యాశిష ముక్తవాన్. రాజా.— 'భో బ్రాహ్మణ, కుతః సమాగతోఽసి?' బ్రాహ్మణః.— 'అహం ప్రతిష్ఠాననగరా దాగచ్ఛమ్.' రాజా.—'యత్ త్వయా యాచ్యతే త దహం దాస్యామి.' బ్రాహ్మణః.— 'భవా నర్థిజనచిన్తామణిః, యత శ్చిన్తితం వస్తు దాతుం ప్రభవసి. అతో మ మైతస్మిన్ వస్తుని మహతీ ప్రీతి రస్తి; త ద్దీయతా మయ మమృతకుమ్భః.' రాజా.— 'త్వం కేన ప్రేషితోఽసి?' బ్రాహ్మణః.— 'అహం శాలివాహనేన ప్రేషితోఽస్మి.' తతో రాజా విచారయామాస: 'మయా పూర్వ మస్మై దాస్యా మీ త్యుక్తమ్; ఇదానీం న దీయతే చే దపకీర్తి రధర్మోఽపి స్యాత్; అతః సర్వథా దాతవ్య మేవ.' బ్రాహ్మణః.— "రాజన్, కిం విచార్యతే? భవాన్ సజ్జనః. సజ్జన స్తు ద్విర్న భాషతే. తథా చోక్తమ్:

ఉదయతి యది భానుః పశ్చిమే దిగ్విభాగే,
ప్రచలతి యది మేరుః, శీతతాం యాతి వహ్నిః,
వికసతి యది పద్మం పర్వతాగ్రే శిలాయాం,
భవతి త దనృతం వై భాషితం సజ్జనానామ్.

తథా చ: అ ద్యాపి నోజ్ఝతి హరః కిల కాలకూటం,
కూర్మో బిభర్తి ధరణీం ఖలు పృష్ఠభాగే,
అమ్భోనిధి ర్వహతి దుస్సహబాడబాగ్నిం,
మఙ్గీకృతం సుకృతినః పరిపాలయన్తి."

రాజా 'సత్య మాహ భవాన్. గృహ్యతా మమృతఘటోఽయ మి' తి తస్మై దదౌ. సోఽపి రాజానం స్తుత్వా నిజస్థానం గతః. రాజా ప్యుజ్జయినీ మగాత్.

ఇమాం కథాం కథయిత్వా సాలభఞ్జికా త మవోచత్-'భో రాజన్, యది త్వమ మాత్మానం మన్యసే, త ర్హ్యుపవిశ.' త చ్ఛ్రుత్వా రాజా తూష్ణీం బభూవ.

ఇతి చతుర్వింశోపాఖ్యానమ్.

---

## అథ పఞ్చవింశోపాఖ్యానమ్.

---

ద్వాదశవార్షిక మసకా వవగ్రహం భావినం సమాకర్ణ్య
ఆశాపూరణ్యై నిజశిరో బలిం దత్తవా నితి బ్రూతే.

---

యొక్క కోఱ కామగాను ఆపైభూమి గొడుగుగాను ఆపైమేరుపర్వతము బంగారు కలశముగాను (గొడుగుమీఁదిగుబ్బగాను) ఉండెను. అట్టి యాకోఱ మిమ్ము రక్షించుత.

న ఉజ్ఝతి=వదలఁడు. బిభర్తి=మోయుచున్నాఁడు. సుకృతినః=సజ్జనులు. అసకౌ=ఇతఁడు. ద్వాదశవార్షికమ్=౧౨ ఏండ్లుండునదైన. భావినమ్ అవగ్రహ

పున రపి రాజా యావత్ సింహాసన ఉపవేష్టు ముపాక్రమత, తావ దన్యా సాలభఞ్జికాబ్రవీత్. శ్రూయతాం రాజన్:—

విక్రమాదిత్యే రాజ్యం కుర్వ త్యేకదా కశ్చి జ్జ్యోతిషిక ఆగత్య,-

సూర్యః శౌర్య, మ థేన్దు రిన్ద్రపదవీం, సన్మఙ్గళం మఙ్గళః,
సద్బుద్ధిం చ బుధో, గురు శ్చ గురుతాం, శుక్రః శుభం, శం శనిః,
రాహు ర్బాహుబలం, కరోతు సతతం, కేతుః కుల స్యోన్నతిం;
నిత్యం భూతికరా భవన్తు భవతః సర్వే౽నుకూలా గ్రహాః.-

ఇ త్యాశిష ముక్త్వా పఞ్చాఙ్గ మకథయత్. రాజా పఞ్చాఙ్గం శ్రుత్వా జ్యోతిషిక మపృచ్ఛత్-'భో దైవజ్ఞ, కీదృశ మేతత్సంవత్సరఫలమ్?' దైవజ్ఞః——"అస్మిన్ సంవత్సరే రాజా రవిః, మన్త్రీ మఙ్గళః, ధాన్యాధిపతిః శనిః. అన్య చ్చ, శనైశ్చరో భౌమ శ్చ రోహిణీశకటం భిత్త్వా యాస్యతః. తస్మాత్ సర్వ థానావృష్టి ర్భవిష్యతి. ఉక్తం చ వరాహమిహిరేణ:

అర్కసుతేన హి భగ్నే భౌమః శుక్ర శ్చ రోహిణీశకటే
ద్వాదశ చాబ్దాన్ న హి న హి వర్షతి వర్షాణి వారిదో నియతమ్.
రోహిణీశకట మర్కసూనునా భిద్యతే, రుధిరవాహినీ సరిత్,
క్రిం బ్రవీమి? న హి వారి సాగరే; సర్వలోక ఉపయాతి సంక్షయమ్.

మతాన్తరే: యదా భినత్తి మన్దో౽యం రోహిణ్యాః శకటం తదా
వర్షాణి ద్వాద శాత్యన్తం వారివాహో న వర్షతి."

ఇదం దైవజ్ఞవచనం శ్రుత్వా రాజాబ్రవీత్—'ఏతదవగ్రహనివారణే కమ ప్యుపాయం నివేదయ.' దైవజ్ఞః——'నవగ్రహహోమాద్యనుష్ఠానం కర్తవ్యమ్; తతో వృష్టి ర్భవిష్యతి.'

తతో విక్రమార్కః శ్రోత్రియాన్ బ్రాహ్మణా నాహూయ తేభ్యః పూర్వవృత్తాన్త ముక్త్వా తై ర్హోమం కారయితు ముపక్రాన్తవాన్. తతః సర్వా హోమసామగ్రీ సంపాదితా. బ్రాహ్మణైః కల్పోక్తప్రకారేణ నవగ్రహహవన మపి కృతమ్. హోమసాద్గుణ్యార్థం పూర్ణాహుతి రపి నిర్వర్తితా. రాజా దివ్యవస్త్రాదినా బ్రాహ్మణా నతోషయత్. తతో భూరిదానేన దీనాన్ధబధిరపఙ్గుకుబ్జాదయో౽పి సంతోషితాః. త థాపి వృష్టి ర్నాభూత్. తదనన్తర మనావృష్ట్యా సర్వో౽పి లోకః పరం క్లేశ మగమత్. రాజాపి తే

---

ని=రాఁగల యనావృష్టిని. ఆశాపూరణ్యై=ఆశాపూరణి యను దేవతకు.

మఙ్గళః=అంగారకుఁడు. శమ్=సుఖమును. భూతి కరాః=ఐశ్వర్య మిచ్చునవి.

దైవజ్ఞ=జోస్యుఁడా. భౌమః=అంగారకుఁడు. రోహిణీశకటమ్=బండి యాకారముకలదైన రోహిణీ నక్షత్రమును. వరాహమిహిరేణ=వరాహమిహిరుఁడను పేరిజ్యోతి కునిచేత, . . , అర్కసుతేన=శనిచేత, వారిదః=మేఘుఁడు,

షాం దుఃఖేన స్వయం దుఃఖితః స స్నైకదా యజ్ఞశాలాయా ముపవిష్టో వ్యచిన్తయత్. తావ దశరీరిణీ వా గాసీత్ “భో రాజన్, తవ పరోపకారో యది, పురస్స్థితదేవాలయవాసిన్యా ఆశాపూరణ్యా దేవతాయాః పురో ద్వాత్రింశల్లక్షణయుక్తస్య పురుషస్య కణ్ఠరక్తేన బలిం దేహి. తతో వృష్టి ర్భవిష్యతి; అవగ్రహోఽపి నశ్యతి.” ఇతి శ్రుత్వా రాజా దేవాలయం గత్వా దేవతాం నమస్కృత్య కణ్ఠే ఖడ్గం న్యధాత్. తావ ద్దేవతా. ‘రాజన్, తవ ధైర్యేణ ప్రస న్నాస్మి; వరం వృణీష్వ.’ రా జాభణత్——‘దేవి, అనావృష్టిం నివారయ.’ దేవతా ‘తథా కరిష్యామీ’ త్యుక్త్వా సద్య శ్చకార. తతో రాజా నిజభవన మగమత్.

ఇమాం కథాం కథయిత్వా సాలభఞ్జికా భోజరాజ మబ్రవీత్: ‘భో రాజన్, ఏవం విధం సాహసం త్వయి విద్యతే చే దస్మిన్ సింహాసన ఉపవిశ.’ త చ్ఛ్రుత్వా రాజా తూష్ణీం బభూవ.

ఇతి పఞ్చవింశోపాఖ్యానమ్.

---

## అథ షడ్వింశోపాఖ్యానమ్.

---

పరోపకారిత్వపరీక్షణాయ స్వారాణ్ణియుక్తాం బహుపఙ్కమగ్నామ్
ఉద్ధృత్య రాజా సురభిం ద్విజాయ దదా వితి వ్యాహరతీహ సైషా.

పున రపి రాజా యావత్ సింహాసనే సముపవేష్టు మయతిష్ట, తావ దన్యా సాలభఞ్జి కావదత్-‘భో రాజ న్నత్ర సింహాసనే స్థిత్వా రాజ్యం కర్తుం విక్రమ ఏవ ప్రభవతి.’ రాజా.—‘సాలభఞ్జికే, కథయ తస్య మహిమానమ్.’ సాబ్రవీత్.—భో రాజన్, నిశమ్యతామ్:

విక్రమాదిత్యసదృశో రా జాన్యః సత్త్వౌదార్యాదిగుణై ర్నాస్తి. అన్య చ్చ, య దుక్తం త దన్యథా స న కరోతి. య చ్చిత్తే తిష్ఠతి త దేవ వదతి. య ద్వాచా వదతి త దేవ కరోతి. అతః సజ్జనో విక్రమార్కః.

యథా చిత్తం తథా వాక్చ, యథా వాక్చ తథా క్రియా,
చిత్తే వాచి క్రియాయాం చ సాధూనా మేకరూపతా.

తథా చ: ఉపకర్తుం, ప్రియం వక్తుం, కర్తుం స్నేహ మకృత్రిమం,
సజ్జనానాం స్వభావోఽయం, యథేన్దోః శిశిరో గుణః.

అథైకదా సుగనగర్యాం సింహాసన మలంచకార భగవాన్ సహస్రాక్షః. తదా

---

స్వారాట్ నియుక్తామ్=ఇంద్రునిచేత పంపఁబడిన. సురభిమ్=కామధేనువును. వ్యాహరతి=చెప్పుచున్నది....అయతిష్ట=యత్నించెనో....త్రయస్త్రింశత్ కోటయః

చ త మష్టాదశ సహస్రాణి మహర్షయః, త్రయస్త్రింశత్ కోటయో దేవాః, అష్టౌ లోకపాలాః, ఏకోనపఞ్చాశ న్మరుద్గణాః, ద్వాద శాదిత్యాః, శ్చన్ద్రాఙ్గారకాదయో గ్రహాః, నారదాదయో దేవర్షయః, మేనకోర్వశీ తిలోత్తమా సుకేశీ ఘృతాచీ మఞ్జుఘోషా ప్రియదర్శినీ ప్రభృతయో దివ్యాఙ్గనాః, సర్వే గన్ధర్వాదయో గణా, శ్చ సేవన్తే. అత్రాన్తరే నారదః.— 'భూమణ్డలే విక్రమసదృశః పరోపకారీ మహాసత్త్వసంపన్నో వా రాజా కోఽపి నాస్తి.' తద్వచన మాకర్ణ్య స ర్వాపి సభా పరం విస్మయం జగామ. కామధేనుః.—"కోఽత్ర సందేహః? న కి మ ప్యత్ర విస్మయనీయమ్.

దానే, తపసి, కౌర్యే చ, విజ్ఞానే, వినయే, నయే,
విస్మయో హి న కర్తవ్యో, బహురత్నా వసున్ధరా.

తథా చ: వాజివానరలోహానాం కాష్ఠపాషాణవాససాం
నారీపురుషతోయానా మన్తరం మహ దన్తరమ్."

తదనన్తర మిన్ద్రః సురభి మవాదీత్-'త్వం మర్త్యలోకం గత్వా విక్రమస్య పరోపకారగుణాన్ నిశ్చిత్య మమ నివేదయ.'

అథ సురభి ర్విక్రమార్కస్య హృదయపరీక్షార్థం రాజాగమనమార్గే దుర్బలా సతీ క్వాపి ఘోరే పఙ్కే నిమమజ్జ. రాజాపి తాం దృష్ట్వా సహసా స్వరూపాభిమాన మపహాయ దురవగాహే పఙ్కే ప్రవిశ్య స్వయ మేవ తాం పఙ్కా దాకృష్య ప్రత్యాశ్య శనై ర్గ్రాసముష్టిం దత్త్వా కణ్డూయనాదిభి రుపచచార. తదా కామధేను ర్నిజరూపం ధృత్వా ప్రసన్నా భూత్వావదత్-'భో రాజన్, వరం వృణీష్వ.' రాజా.— 'యది మమ సుప్రసన్నాసి, తర్హి నిజరూపేణ మమ గృహే సర్వదా నివసతు భవతీ.' తథే త్యుక్త్వా సా సురభీ రాజ్ఞో హస్తగతాభూత్. తదా కశ్చి ద్బ్రాహ్మణః సమాగత్య,

'సానన్దం నన్దిహస్తాహతమురజరవాహూతకౌమారబర్హి
త్రాసా న్నాసాగ్రరన్ధ్రం విశతి ఫణిపతౌ భోగసంకోచభాజి
గణ్డోడ్డీనాళిమాలాముఖరితకకుభ స్తాణ్డవే శూలపాణే
ర్వైనాయక్య శ్చిరం వో వదనవిధుతయః పాన్తు ఫీత్కారవత్యః.'

ఇ త్యాశిషం ప్రయు జ్యావాదీత్:

---

=ముప్పదిమూఁడుకోట్లు. ఏకోనపఞ్చాశత్ మరుద్గణాః=నలువదితొమ్మిది వాయుగణములు....బహు రత్నా=అనేక శ్రేష్ఠవస్తువులుగలది (అనేకులు గొప్పవారు గలది).

సానన్ద మితి = శూలము చేతియందుఁ గలవానియొక్క (శివునియొక్క) తాండవమందు ఆనందముతో నందీశ్వరుని చేతులచేత వాయింపఁబడిన మద్దెళయొక్క ధ్వనిచేత పిలువఁబడినదైన కుమారస్వామిదైన నెమలివలని భయమువలన నాగరాజు పడగ ముణుఁచుకొని తొండముయొక్క కొనయొక్క బొక్కలో దూరుచుండఁగా ఫీట్

రాజన్, సర్వా నహం యాచే; న మాం కశ్చన యాచతే;
అహో! దైవవిపాకోఽయ మీశ్వరాణా మపీశ్వరః!

య స్తు దారిద్ర్యముద్రిత స్తస్య గృహే సర్వం శూన్యం వర్తతే. తథాహి:

గ్రాసం మే పథికాయ దేహి సుభగే. హా! హా! గిరో నిష్ఫలాః.
కస్మా ద్బ్రూహి. సఖే, ఽస్తి నూతన మిదం? కో వావధి ర్నాస్తి వై?
యావజ్జీవ మిదం. న జాతి రపరా? వి త్తప్రభావా దియమ్.
కో జాతో మమ సర్వవిత్తహరణో? దారిద్రనామా సుతః.

రాజ్ఞోక్తమ్-'భో బ్రాహ్మణ, కిం యాచ్యతే త్వయా?' బ్రాహ్మణః.—'భవా నాశ్రితకల్పవృక్షః. యావజ్జీవం మమ దారిద్ర్యదుఃఖం మాస్తు.' రాజా 'ఇయం కామధేనుస్త వేప్సితం దాస్యతి. ఇమాం గృహాణే' తి తస్మై కామధేనుం దదౌ. బ్రాహ్మణస్తాం గృహీత్వా నిజభవన మయాసీత్. రాజాపి నిజనగర మగమత్.

ఇమాం కథాం కథయిత్వా సాలభఞ్జికా రాజాన మవదత్-'కిం తథా దాతుం ప్రభవసి?' తచ్ఛ్రుత్వా రాజా తూష్ణీ మగచ్ఛత్.

ఇతి షడ్వింశోపాఖ్యానమ్.

---

## అథ సప్తవింశోపాఖ్యానమ్.

---

ఆత్మకణ్ఠరుధిరేణ భైరవం తోషయన్ వసుమయం ఘటత్రయం
దేవదత్తకితవాయ దత్తవా నిత్యసౌ భణతి సాలభఞ్జికా.

---

అనుశబ్దముకలవియు గండ (స్థల) ములనుండి ఎగిరిన తుమ్మెదలయొక్క బారుచేత ధ్వనికలవిగాఁజేయఁబడిన దిక్కులు గలవియు నైన విఘ్నేశ్వరునివైన శిరఃకంపములు చిరకాలము మిమ్ము రక్షించునుగాక.

గ్రాస మితి=(భర్తకును భార్యకును సంభాషణ). భర్త.—ఓచక్కనిదానా బాటసారినైన నాకు అన్నము పెట్టు. భార్య.—అయ్యయ్యో (ఆ) మాటలు నిష్ఫలములు. భర్త.—ఏందుచేతనో చెప్పు. భార్య.—చెలువుఁడా ఇదేమి క్రొత్తయా? భర్త.—(దీనికి) హద్దు ఏమియు లేదా? భార్య.—యావజ్జీవమును ఇది. భర్త.—వేఱుజన్మము కలుగదా? భార్య.—ధన ప్రభావముచేత ఇది. (ఈజన్మమున ధనము కలిగి దానధర్మములు చేసికొన్నయెడల మందు దారిద్ర్యము లేని మంచిజన్మము కలుగును గాని అన్యథా కలుగదని తాత్పర్యము). భర్త.—నాసర్వధనమును హరించు వాఁడుగా ఎవఁడు సంభవించినాఁడు? భార్య.—దారిద్ర్య మను పేరి కుమారుఁడు.

రుధిరేణ=రక్తముచేత. దేవదత్తకితవాయ=దేవదత్తుఁడను పేరి జూదగానికి.

పున రప్యేకదా భోజే మహీపతౌ సింహాసన మారోఢుం సమాగచ్ఛతి, తావ దస్యాః సాలభఞ్జికా నిరాచకార, వ్యాజహార చ; రాజన్, శ్రూయతామ్:--

విక్రమార్కో రాజా పృథ్వీం శాస న్నేకదా ధరాపర్యటనార్థం నిజనగరా న్నిర్గత్య నగర మేక మగమత్. తత్రత్యా రాజానః పరం ధార్మికాః శ్రుతిస్మృతివిహితానుష్ఠానతత్పరాః, చాతుర్వర్ణ్యం సాధు పర్యపాలయన్. సర్వే జనాః సదాచారా అతిథిప్రియా దయాపరా శ్చాసన్. రాజా విక్రమ స్తత్ర పఞ్చ దినాని స్థాస్యా మీతి కఞ్చి దతిమనోహరం దేవాలయం గత్వా దేవం నమస్కృత్య రఙ్గమణ్టప మధ్యాస్త. అత్రాన్తరే కశ్చి ద్రాజకుమార ఇవాతిమనోహరరూపో దుకూలవస్త్రధారీ నానాలంకరణాలంకృతః కర్పూరకుఙ్కుమాగరుమృగనాభిసుగన్ధమిళితచన్దనానులిప్తతను ర్గణికాభిః సాకం తత్రాగత్య నానావిధాః క్రీడాకథా విధాయ కఞ్చిత్ కాల మపనీయ పున రపి తాభిః సార్ధం నిర్జగామ. రాజాపి తం దృష్ట్వా కోఽయ మితి విచారయ న్నాస్త. పరేద్యుః స ఏకాకీ దీనవదనో వస్త్రాదిరహితః కౌపీనమాత్రశేషః సమాగత్య రఙ్గమణ్టపే పపాత. రాజా తం దృష్ట్వా భణతి స్మ.—'భోః పూర్వేద్యు ర్వస్త్రాభరణాది నాలంకృతశరీరో రాజకుమార ఇవ వేశ్యాభిః సహ సమాగతోఽసి. అద్య పున రేవం దృశ్యసే. కి మేతత్?'

స పురుషః.—"భో మహాపురుష, కి మేవ ముచ్యతే? అహం పూర్వేద్యు స్తథైవ స్థితః. ఇదానీం దైవయోగా దేవం తిష్ఠామి. తథా హి:

యే వర్ధితాః కరికపోలమదేన భృఙ్గాః
ప్రోత్ఫుల్లపఙ్కజరజస్సురభీకృతాఙ్గాః
తే సాంప్రతం ప్రతిదినం గమయన్తి కాలం
నిమ్బేషు చార్కకుసుమేషు చ దైవయోగాత్.
వికసితసహకారపుష్పవాటీ పరిమళకేళిపరాయణో హి భృఙ్గః
విలసతి మధుతున్దిలః పురా యః స విధిబలా దధు నైతి చాల్పవృక్షాన్.

---

నిరాచకార=నిరాకరించెను. వ్యాజహార=చెప్పెను....ధరా పర్యటన అర్థమ్=లోక సంచారము కొఱకు. శ్రుతిస్మృతి విహిత అనుష్ఠాన తత్పరాః=వేదములయందును ధర్మశాస్త్రములయందును విధింపఁబడినవానిని ఆచరించుటయందు ఆసక్తిగలవారు. దుకూల=తెల్లపట్టు. మృగనాభిః=కస్తూరి. గణికాభిః=భోగమువాండ్రతో.

కపోల=గండస్థల. భృఙ్గాః=తుమ్మెదలు. ప్రోత్ఫుల్ల...ఙ్గాః=మిక్కిలి వికసించిన కమలముల పరాగముచేత పరిమళవంతములుగాఁ జేయఁబడిన యవయవములు కలవి. సామ్ప్రతమ్=ఇప్పుడు. నిమ్బేషు=వేఁపపువ్వులలోను. అర్క=జిల్లేడు. సహకార పుష్ప వాటీ=తీయమామిడి పువ్వుల వరుసయొక్క.

యే వర్ధితాః కనకపఙ్కజకేసరాగ్రై
మన్దాకినీవిమలతుఙ్గతరఙ్గసౌధే
తే సాంప్రతం ప్రతిదినం ఖలు రాజహంసాః
శైవాలజాలజటిలం జల మాశ్రయన్తే.
వాతాన్దోళితగాఙ్గపఙ్కజరజఃపిఙ్గాఙ్గరాగోజ్జ్వలో
యః శృణ్వన్ కలకూజితం మధులిహాం సంజాతహర్షోత్సవః
కాన్తాచఞ్చుపుటావలమ్బితబిసగ్రాసగ్రహేఽప్యక్షమః
సోఽయం సంప్రతి హంసకో మరుగతః కష్టం తృణం మార్గతే.

కర్మణా నియమితే జన్మని, కో వా కష్టం న ప్రాప్నోతి? తథా చోక్తమ్:

బ్రహ్మా యేన కులాలవ న్నియమితో బ్రహ్మాణ్డభాణ్డోదరే,
విష్ణు ర్యేన దశావతారగహనే క్షిప్తో మహాసంకటే,
రుద్రో యేన కపాలపాణిపుటకే భిక్షాటనం సేవతే,
సూర్యో భ్రామ్యతి యేన ఖేఽనవరతం, తస్మై నమః కర్మణే.”

రాజా.—‘కో భవాన్?’ పురుషః.—‘అహం కితవః.’ రాజా.—‘త్వం ద్యూతక్రీడాం జానాసి కిమ్.?’ పురుషః.—“దురోదరవిషయేఽహ మేవ విచక్షణో, నాన్యః. అన్యచ్చ, వారిక్రీడాం వరాటముష్టిం చ జానామి. పరం దైవ మేవ బలవత్. ఉక్తం చ:

శశిదివాకరయో ర్గ్రహపీడనం, గజభుజఙ్గవిహఙ్గమబన్ధనం,
మతిమతాం చ సమీక్ష్య దరిద్రతాం, విధి రహో బలవా నితి మే మతిః.”

రాజా.—‘భో దేవదత్త, త్వ మతీవ ప్రాజ్ఞోఽసి. కథ మేవం పాపే ద్యూతకర్మణీచ్ఛాం కరోషి?’ దేవదత్తః.—“ప్రాజ్ఞోఽపి పురుషః కర్మణా ప్రేర్యమాణః కిం న కుర్యాత్?

కిం కిం న కుర్యాత్ ప్రాజ్ఞోఽపి ప్రేర్యమాణః స్వకర్మభిః!
ప్రా గేవ హి మనుష్యాణాం బుద్ధిః కర్మానుసారిణీ.”

---

మన్దాకినీ...ధే=ఆకాశగంగయొక్క తెల్లని యున్నతమయిన కరటమునెడు మేడలో. శైవాల...లమ్=నాచు మొత్తముచే దట్టమైన.

వాతా...లః=గాలిచేత కదపఁబడిన గంగాసంబంధియైన కమలములయొక్క పుప్పొడియను పచ్చని మైపూఁతచేత వెలుఁగుచున్నదై. కలకూజితమ్=మధురమయిన రుతము. మధులిహామ్=తుమ్మెదలయొక్క. చఞ్చుపుట=ముక్కుచేత. బిస=తామరతూఁటియొక్క. మరు=నిర్జలభూమికి. కష్టమ్=అయ్యో. మార్గతే=వెదకుచున్నది.

కులాలవత్=కుమ్మరవానివలె....దురోదర=ద్యూత...గ్రహ=రాహుకేతువుల. విధిః=అదృష్టము.

రాజా.—"ద్యూతం పున ర్మహాపాపమూలమ్. సర్వేషాం వ్యసనానా మాశ్రయభూతో ద్యూతవిధిః. త థోక్తమ్:

భవన మిదమకీర్తే, శ్చౌరవేశ్యాదిసద్మ,
వ్యసననిధి, రుదగ్రాపన్నిధిః, పాపబీజమ్,
విషమనరకమార్గే ష్వగ్రయాయీవ; మర్త్యః
క ఇహ విశదబుద్ధి ర్ద్యూతకార్యం కరోతి?

త న్మహాపాపాని సప్త వ్యసనాని బుద్ధిమతా త్యాజ్యాని. ఉక్తం చ:

ద్యూతమాంససురావేశ్యాఖేటచౌర్యపరాఙ్గనాః
మహాపాపాని సప్తైవ వ్యసనాని త్యజే ద్బుధః.

అన్య చ్చ: య స్త్వేకవ్యసనేన యుక్తః స తు నియమేన నశ్యతి; కిం పునః సప్తవ్యసనాభిభూతః? ఉక్తం చ:

ద్యూతా ద్ధర్మసుతః, పలా దిహ బకో, మద్యా ద్యదో ర్నన్దనాః,
శక్రో జారతయా, మృగాన్తకతయా స బ్రహ్మదత్తో నృపః,
చౌరత్వా చ్చ యయాతి, రన్యవనితాసఙ్గా ద్దశాస్యో మహా,
నైకైకవ్యసనార్దితా యత ఇమే, సర్వై ర్న కో నశ్యతి?

తత స్త్వమ ప్యేతాని సప్త వ్యసనాని పరిత్యజ." దేవదత్తః.—'భోః స్వామిన్, మమైత దేవ జీవనం, కథం పరిత్యజేయమ్? యది కృపాం విధాయ క మపి ధనోపార్జనోపాయం కథయిష్యసి, త దాహం దురోదరం త్యజామి.' అస్మి న్నవసరే విదేశవాసినౌ ద్వౌ బ్రాహ్మణా వాగత్య దేవాలయైకదేశే సముపవిష్టౌ పరస్పర మమన్త్రయేతామ్. తత్రైకః.—"మయా పిశాచభాషాలిపిమన్త్రికల్పే ఽవలోకితః. తత్రైవం వర్ణావలి ర్దృశ్యతే-'అస్య దేవాలయ స్యైశానదిగ్భాగే పఞ్చధనుఃప్రమాణే శ్వభ్రే నవరత్నాదిపూరితం ఘటత్రయ మస్తి. తత్సమీపే భైరవప్రతిమా స్తి. త్వం భైరవం స్వకణ్ఠరక్తేన సిక్త్వా త ద్గృహాణే'తి." తదా రాజా తద్వచనం శ్రుత్వా తత్ర గత్వా స్వకణ్ఠరక్తేన భైరవం సిషేచ. తావత్ ప్రసన్నో భైరవో జగాద-'భో రాజన్, ప్రసన్నో

---

వ్యసనానామ్=దుఃఖములకు....సద్మ=ఇల్లు. అగ్రయాయీ=ముందుపోవునది, దారిచూపునది, తీసికొనిపోవునది....సురా=సారాయి. ఆఖేట=వేఁట. పర అఙ్గనాః=పరస్త్రీలు....అభిభూతః=ఆక్రమింపఁబడినవాఁడు.

ధర్మసుతః=ధర్మరాజు. పలాత్=మాంసముచేత. బకః=బకాసురుఁడు. మృగాన్తకతయా=లేళ్లకు యముఁడగుటచే. అర్దితాః=పీడితులు.

అమన్త్రయేతామ్=మాటలాడుకొనిరి. పఞ్చ ధనుః ప్రమాణే=అయిదు విండ్ల దూరమున. శ్వభ్రే=గోతిలో.

ఽస్మి; వరం వృణీష్వ.' రాజా.—'యది మమ ప్రసన్నోఽసి తర్హ్యేతస్మై ద్యూతకారాయ నవరత్నపూరితం ఘటత్రయం దేహి.' తతో భైరవేణ తద్ధనం కితవాయ దత్తమ్. ద్యూతకారోఽపి రాజానం స్తుత్వా నిజస్థానం గతః. రాజా విక్రమోఽపి నిజనగర మగమత్.

ఇతి కథాం కథయామాస సాలభఞ్జికా. తచ్ఛ్రుత్వా రాజా తూష్ణీం గతః.

ఇతి సప్తవింశోపాఖ్యానమ్.

---

## అథాష్టావింశోపాఖ్యానమ్.

---

అత్ర హి బేతాళపురే కశ్చన చణ్డ్యా నివార్య బలిభావాత్
తత్రాపనునోద నృణాం తత్ప్రథమం బలివిధాన మితి వక్తి.

పున రపి రాజా కదాచన సింహాసన మధిరోఢుకామః పాఞ్చాలికామస్తకే పాదం నిధాతు ముపచక్రమే; తావ దష్టావింశతితమీ ప్రతిమా జగాదః—య ద్యపి భవాన్ మహీం పాలయతి, త థాపి విక్రమార్క ఇవ భద్రాసన మిద మధిరోఢుం నార్హతి; శ్రూయతామ్.

విక్రమాదిత్యో రాజా పృథివీపర్యటనార్థ మేకదా స్వనగరా న్నిర్గతో నగర మేక మగమత్. తన్నగరసమీపే నిర్మలోదకా కాపి తరఙ్గిణీ ప్రవహతి. తత్తీరే నానావిధకుసుమఫలభరితవిటపికులసంకులం వన మేక మపశ్యత్. మధ్యే చ తస్య సముత్తుఙ్గగోపురవరణరమణీయం దేవతాయతన మద్రాక్షీత్. దృష్ట్వా చ తత్ర నదీజల మవగాహ్య త నూలయ మలంకుర్వాణం దేవం ప్రణమ్య తత్రోపవివేశ. తత్రాన్తరే వైదేశికా శ్చత్వారః సమాగత్య రాజసమీపే సముపవివిశుః. తతో రాజా తా నప్రాక్షీత్.-'యూయం కుతః సమాగచ్ఛథ?' తత్ర కశ్చి దువాచ-'పూర్వదేశా దాగచ్ఛామః.' రాజా.—'తత్ర కి మద్భుత మపశ్యత?' తే ప్రోచుః-'స్వామిన్, మహ దపూర్వం లోచనగోచర మకుర్మ. యత్ ప్రాణాన్ హస్తే గృహీత్వా వయ మాగచ్ఛామ.' రాజా.—'తత్ కిం కథయత.' పురుషా.—"తత్ర దేశే బేతాళపురీ నామ వర్తతే. తత్ర శోణితప్రియా నామ దేవతాస్తి. తత్రత్యా మహాజనా రాజా చ ప్రతిసంవత్సరం స్వమనోరథపూరణార్థం తస్యై పురుషోపహారం ప్రయచ్ఛన్తి. తస్మిన్ దినే కోఽపి వైదేశికః సమాయాతి యది, త మేవ దేవతాయాః పురః పశు మివ సమర్పయన్తి. వయ మపి తస్మి న్నేవ దినే మార్గవశాత్ తన్నగరం ప్రాప్తాః. తత్రత్యా అస్మా నుపహర్తు మయ

---

బలిభావాత్=బలియగుటనుండి. అపనునోద=తప్పించెను....భద్రాసనమ్=సింహాసనమును....తరఙ్గిణీ=నది. విటపి=చెట్లయొక్క. వరణ=ప్రాకారముచేత. అప్రా

తిపత. తాం ప్రవృత్తిం కర్ణపరమ్పరయా నిశమ్య పరం ప్రాణత్రాణోపాయం [illegible] కథ మపి పలాయన మేవ శరణం మన్వానాః [illegible] స్తాభి ర్దృష్టమ్."

తచ్ఛ్రుత్వా రాజా విక్రమ స్తత్ర గత్వా [illegible] లోక్య దేవతాం నమస్కృత్య త్యాస్తావీత్:

బ్రాహ్మీ వారిరుహేన్దుసౌమ్యవదనా, మాహేశ్వరీ లీలయా,
కౌమారీ రిపువర్గనాశనకరీ, చక్రాయుధా వైష్ణవీ,
వారాహీ ఘనఘోరఘర్ఘరరవా, చైన్ద్రీ చ వజ్రాయుధా,
చాముణ్డా గణనాథరుద్రసహితా, రక్షన్తు మాం మాతరః.

ఇతి స్తుత్వా తత్ర రఙ్గమణ్డప మధిశిశ్యే.

తస్మిన్ సమయే కశ్చిద్దీనవదనో వైదేశికో [illegible]. రా జాపి తం దృష్ట్వా స్వమనసి విచారయతి స్మ:— [illegible] సమానీతః; తతో దీనవదనో ఽయం పరిదృశ్యతే. [illegible] త్వామమం మోచయిష్యామి. ఇదం శరీరం శతం వర్షాణి [illegible] యాస్యతి. అతః స్వదేహవ్యయే నాపి ధర్మం [illegible]:

చలా లక్ష్మీ, శ్చలాః ప్రాణా, శ్చలం జీవిత [illegible]
చలం, చల శ్చ సంసారః, కీర్తి ర్ధర్మ శ్చ నిశ్చలౌ.
అర్థాః పారదచఞ్చలా, గిరినదీ వేగోపమం యౌవనం,
మానుష్యం జలవీచిబిన్దుచపలం, ఫేనోపమం జీవితం;
ధర్మం యో న కరోతి నిశ్చలమతిః స్వర్గార్గళోద్ఘాటనం,
పశ్చాత్తాపయుతో జరాపరిగతః శోకాగ్నినా దహ్యతే.—

ఛీత్ = అడిగెను. పురుష ఉపహారమ్ = నర బలిని. ప్రస్థ [illegible].

బ్రాహ్మీతి = కమలమువలెను చంద్రునివలెను సౌమ్యమైయున్న ముఖముగలదైన బ్రాహ్మియు, విలాసముచేత మాహేశ్వరియు, శత్రుసమూహములను నాశము చేయునదైన కౌమారియు, చక్ర మాయుధముగాఁగలదైన వైష్ణవియు, గొప్ప భయంకరమయిన [illegible] ధ్వనికలదయిన వారాహియు, వజ్రము ఆయుధముగాఁగలదైన ఐన్ద్రియు, గణనాయకునితోను శివునితోను కూడుకొన్న చాముండయును— అను మాతలు నన్ను రక్షించుదురు గాక.

రఙ్గమణ్డప మధిశిశ్యే = రంగమంటపమందు పరుండెను. పరిదృశ్యతే = మిక్కిలి అగపడుచున్నాఁడు.

పారద = పాదరసమువలె. వీచి = కెరటము (అల) యొక్క. ఫేన ఉపమమ్ =

ఏవం విచార్య రాజా తాన్ మహాజనా నపృచ్ఛత్-'అయం దీనవదనః కుత్ర కిమర్థం నీయతే?' జనాః.—'అముం దేవతాబలినిమిత్తం నయామః.' రాజా.—'కిం కారణమ్?' జనాః.—'దేవ తానేన పురుషోపహారేణ తుష్టా స త్యస్మన్మనోరథం పూరయిష్యతి.' రాజా.—"భో మహాజనా, అయ మత్యన్త మల్పతనుః పరం భీత శ్చ. అస్య శరీరోపహారేణ దేవతాయాః కా నామ తుష్టి ర్భవిష్యతి? తస్మా దముం ముఞ్చన్తు భవన్తః. అహమేవ తదర్థం మమ శరీరం దాస్యామి. అహం పుష్టాఙ్గోఽస్మి. మమ మాంసోపహారేణ దేవతా సంతుష్టా భవిష్యతి. అతో మాం నయత." ఇతి భణిత్వా రాజా తం విమోచ్య స్వయ మేవ దేవతాయాః సమ్ముఖం గత్వా స్వఖడ్గం కణ్ఠే చకార. తావ ద్దేవతా మణ్డలాగ్ర మాకృష్య జగాద-'భో మహాసత్త్వ, త వౌదార్యేణ ధైర్యేణ చ సంతుష్టాస్మి; వరం వృణీష్వ.' రాజా.—'దేవి, యది మమ ప్రసన్నాసి, త హ్యద్య ప్రభృతి పురుషమాంసోపహారం పరిత్యజ.' దేవ తా ప్యఙ్గీచకార. తత్ర మహాజనా రాజాన మవదన్: "మహీపాల, త్వం నిజసుఖనిరభిలాషః సన్ పరార్థ మేత పరం ఖేదం వహసి మహాద్రుమ ఇవ. తథా హి:

> స్వసుఖనిరభిలాషః ఖిద్యసే లోకహేతోః,
> ప్రతిదిన మథ వా తే వృత్తి రేవంవిధైవ;
> అనుభవతి హి మూర్ధ్నా పాదప స్తీవ్ర ముష్ణం,
> శమయతి పరితాపం ఛాయయా స్వాశ్రితానామ్."

తతో రా జాపి తదనుజ్ఞాం గృహీత్వా నిజనగర మగమత్.

ఇమాం కథాం కథయిత్వా సాలభఞ్జికా రాజాన మబ్రవీత్-'ధారానగరధురన్ధర, త్వ య్యేవ మౌదార్యం విద్యతే?' త చ్ఛ్రుత్వా రాజా తూష్ణీం బభూవ.

ఇ త్యష్టావింశోపాఖ్యానమ్.

---

మెరుఁగు ఉపమానముగాఁగలది, అనఁగా, మెరుఁగువంటిది. స్వ...నమ్=స్వర్గముయొక్క తలుపుగడియను తీయునదైన. పరిగతః=ఆవృతుఁడై. శోకాగ్నినా = దుఃఖమనెడు నిప్పుచేత. దహ్యతే=కాల్పఁబడును.

మణ్డలాగ్రమ్=కత్తిని. మహాద్రుమః=పెద్దచెట్టు.

స్వసు ఖేతి=(దం.) తనసుఖమందు ఆశలేనివాఁడవై లోకముకొఱకు ప్రతిదినము ఖేదపడుచున్నావు. మఱి యేమి? నీస్వభావ మిట్టిదిగానే ఉన్నది. చెట్టు (తన) తలతో ఉగ్రమయిన యెండను అనుభవించును, తన్నాశ్రయించినవారి పరితాపమును నీడచేత నివారించును.

ధురన్ధర=భారమును మోయువాఁడా, రాజా.

## అథోనత్రింశోపాఖ్యానమ్.

ఏష హి విక్రమభూపః కస్మైచి ద్వన్దినే దరిద్రాయ
రత్నాని యావదిష్టం హర్తుం కోశం దదా వితి బ్రూతే.

భూయో౽పి సమాగతం భోజరాజ మపరా వ్యాజహార: నేద మధిష్ఠాతు మర్హతి భవాన్; శ్రూయతాం రాజన్:—

ఏకదా విక్రమార్కో రాజా రాజన్యసమూహైః సంసేవ్యమానః సభాగార ముప వివేశ. తదా కశ్చన స్తుతిపాఠకః సమాగత్య ప్రణమ్య,

"యావ ద్వీచీతరఙ్గాన్ వహతి సురనదీ జాహ్నవీ పుణ్యతోయా,
యావ చ్చాకాశమార్గే తపతి దినకరో భాస్కరో లోకపాలః,
యావ ద్వజ్రేన్ద్రనీలస్ఫటికమణిమయం విద్యతే మేరుశృఙ్గం,
తావత్ పుత్త్రైః సపౌత్త్రైః స్వజనపరివృతో భుఙ్క్ష్వ రాజ్యం నృపాల.
యథా తో౽యం సమాకాఙ్క్ష్య మయూరో గ్రీష్మపీడితః
నిరీక్షతే౽థ జీమూతం, తథాహం తవ దర్శనమ్.

అహం తు హిమవన్నికటా ద్భవతః కీర్తిం సమాకర్ణ్య దూరా దాగతో౽స్మి." ఇత్యుక్త్వాస్తావీత్:—

కర్పూరా దపి కైరవా దపి దళత్కున్దా దపి స్వర్ణదీ
కల్లోలా దపి కైతకా దపి గలత్కాన్తాదృగన్తా దపి
మారోన్ముక్తకళఙ్కశఙ్కరశిరశ్శీతాంశుఖణ్డా దపి
శ్వేతాభి స్తవ కీర్తిభి ర్ధవళితా సప్తార్ణవా మేదినీ.
దేవ దేవతరుచ్ఛాయా మాశ్రితో౽స్మి, మహీపతే;
కిం నామ ఖలు దైన్యం మే? ధనస్యా నాన్యో౽స్తి మత్ప్రభుః.
దేవ, సర్వస్వదాతారం భవన్తం పశ్యతో మమ
గాహతే హృదయం భూపం తం వదాన్యశిరోమణిమ్.:—

---

జాహ్నవీ=గంగ.

కర్పూరా దితి=కర్పూరముకంటెను, తెల్లఁగలువకంటెను, వికసించుచున్న మల్లె మొగ్గకంటెను, ఆకాశగంగయొక్క గొప్పకెరటముకంటెను, మొగలిపువ్వుకంటెను, చంచలమయిన కాంతాకటాక్షముకంటెను, మారమందు వదలఁబడిన మచ్చగలవాఁడైన (మచ్చలేనివాఁడైన) శివశిరస్సుమీఁది చంద్రునియొక్క కళకంటెను, తెల్లనివైన నీకీర్తులచేత ఏడుసముద్రములుకలదైన భూమి తెల్లనిదిగాఁ జేయఁబడినది.

దేవ దేవతరుచ్ఛాయామ్=ఏలినవారనెడు కల్పవృక్షముయొక్క నీడను. మత్ =

రాజా.—'కస్తే స్మరణవీథీమాగతః?' వన్దీ.—"దేవ, అస్త్యుత్తరస్యాం దిశి హిమవత్పర్వతోత్తరదిగ్భాగే జమ్బారనగరే ధనేశ్వరో నామ రాజా. స తావ దర్థినాం దారిద్ర్యదుఃఖం నివార్య తాన్ ధనపతీన్ కరోతి. ఏకదా తేన ధనేశ్వరేణ మాఘశుద్ధసప్తమ్యాం వసన్తపూజా విహితా; తత్ర దానార్థ మష్టాదశకోటిసువర్ణం పరికల్పితమ్. ఏవ మౌదార్యగుణగరిష్ఠః స రాజా జాగర్తి. అస్మిన్ దేశే దేవ ఏక ఏవ తాదృశో దృష్టః." తస్య వచనం శ్రుత్వా రాజా భాణ్డారిక మాహూయావాదీత్: 'అముం వన్దినం భణ్డారం నీత్వా మహార్హాణి రత్నాని దర్శయ. తతోఽయం యావన్తి వాఞ్ఛతి తావన్తి రత్నాని గృహ్ణాతు.' తథా కోశాధ్యక్ష స్తం భణ్డారం నీత్వా దివ్యాన్యనేకరత్నా న్యదర్శయత్. స్తుతిపాఠకోఽపి స్వేప్సితాని రత్నాని యథేష్టం గృహీత్వా పరిపూర్ణమనోరథో రాజసమీప మాగత్య భణతిస్మ—"భో దేవ, తవ ప్రసాదాదహం ధనపతి ర్జాతోఽస్మి. న వాపి నిధయో మమ హస్తే ప్రాప్తా ఇవ. మహారాజ, హిరణ్యగర్భాదయోఽపి భవత్తులాం నార్హన్తి. తథా హి:

వేధా వేదమయో, విష్ణు ర్గోవిన్దోఽపి గదాధరః,
శమ్భుః శూలీ విషాదీ చ, దేవః కే నోపమీయతామ్?"

ఇతి స్తుత్వా బ్రహ్మాయు ర్భవేత్యాశిష మభిధాయ నిజనివాస మయాసీత్.

ఇతి కథాం కథయిత్వా సాలభఞ్జికా రాజాన మబ్రవీత్-'భో రాజన్, కిమాకర్ణిత మౌదార్యం విక్రమార్కస్య?' రాజా తూష్ణీం బభూవ.

ఇ త్యేకోనత్రింశోపాఖ్యానమ్.

---

## అథ త్రింశోపాఖ్యానమ్.

---

ఇన్ద్రజాలవిదుషః ప్రవీణతాం భూమిజాని రవలోక్య విస్మితః
పాణ్డ్యభూపతిసమర్పితం ధనం దత్తవా నితి హి వక్తి సాంప్రతమ్.

అథ భూయోఽపి భద్రాసన మధిరోఢు మభిలషన్త మన్యా సాలభఞ్జికా భ

---

నాకంటె....వదాన్య=దాతలయొక్క.

వేధా ఇతి=బ్రహ్మ దర్భచీఁపురే స్వరూపముగాఁగలవాఁడు, (వేదస్వరూపుఁడు) విష్ణుమూర్తియో పసులకాపరియు రోగముచేత క్రిందివాఁడును (లోకపాలకుఁడుఁడును గదాయుధధారియు), శివుఁడు శూలరోగియు దుఃఖస్వభావుఁడును (శూలాయుధుఁడును విషము భక్షించువాఁడును); ఏలినవారు ఎవనితో పోల్పఁదగుదురు? (అనఁగా ఏలినవారి కెవరును సాటిగారు.)

భూమిజానిః=రాజు.

ణాత్: ‘మహీపాల, విక్రమ స్యౌదార్యం త్వయి కిం విద్యతే?’ రాజా.—‘భోః సాలభఞ్జికే, కీదృశం తత్?’ సాబ్రవీత్, ‘రాజన్, శ్రూయతామ్.

ఏకదా విక్రమః సకలసామన్తరాజకుమారై రుపసేవ్యమానః సింహాసన మధ్యాస్త. తత్ర కశ్చి దైన్ద్రజాలికః సమాగత్య రాజానం నమస్కృత్య జగాద: ‘దేవ, సకలకలాభిజ్ఞ స్య తవ సమీప మాగత్య బహవ ఐన్ద్రజాలికా నిజలాఘవ మదర్శయన్ కిల. మమ తావ దిద మేకం లాఘవం తత్రభవాన్ ప్రసన్నేన చేతసా ఽవలోకయతు.’ రాజా.—‘నేదానీ మవసరోఽస్మాకమ్. స్నానసమయః సంప్రాప్తః. శ్వః ప్రభాతే ద్రక్ష్యామః.’ అథ పర్యేద్యుః ప్రభాతే రాజా విక్రమ స్తత్కాలోచితం సర్వ మనుష్ఠానజాతం విధాయ ప్రియబాన్ధవైః సహ శరీరవృత్తిం నిర్వర్త్య వస్త్రాభరణగన్ధమాల్యాద్యై రలంకృతః సకలసామన్తమహీకాన్తహితపురోహితసేవితః సుధర్మాభిధానం సభాభవన మవగాహ్య త దిద మమరపరిబృఢప్రసాదసమాసాదిత మాసన మాస్థాయ త మైన్ద్రజాలిక మాహ్వాయయత్. ఐన్ద్రజాలికో మహాకాయో మహాశ్మశ్రుభి ర్దేదీప్యమానవదనో దక్షిణహస్తే ఖడ్గం ధృత్వా, అతిమనోహరరూపలావణ్య ప్రేక్షణీయాం కా మపి కమలలోచనాం పరిగృహ్య, రాజాస్థానమణ్టపం ప్రవిశ్య, రాజానం ప్రణమ్య తస్థౌ. తదా సర్వేఽపి సామాజికాః సవిస్మయ మద్రాక్షుః, అప్రాక్షు శ్చ ‘కో భవాన్? కుత స్త్య?’ ఇతి. ఐన్ద్రజాలికః.—“అహం మహేన్ద్రసేవకః, కదాచిత్ స్వామినా శప్తో భూమణ్డలే తిష్ఠామి. ఇయం మమ ప్రేయసీ. అద్య స్వర్గే దేవానాం పూర్వదేవానాం చ మహ ద్యుద్ధం ప్రవర్తతే. అహం తత్ర గచ్ఛామి. అయం తు రాజా విక్రమాదిత్యః పరనారీసహోదర ఇ త్యశ్రౌషమ్. అతోఽహ మస్య సవిధే ప్రియా మిమాం నిక్షిప్య యుద్ధార్థం గమిష్యామి.” త చ్ఛ్రుత్వా రాజా విక్రమాదిత్యః పరమాద్భుతభరితహృదయః కథ మ ప్యురరీకృతవాన్. సోఽపి విక్రమహస్తే ప్రణయినీం సమర్ప్య తం ప్రణమ్య ఝడితి గగన ముదపప్తత్.

తావ దాకాశే, ‘రే రే మారయ ఘాతయే’ తి ఘోరతరా వాగభూత్. అథ సర్వేఽపి సభ్యా యుగప దున్నమితవదనాః సకౌతుక మపశ్యన్. అనన్తరం ముహూర్తమాత్రే రాజసమక్షం దృఢముష్టినిపీడితకృపాణో రుధిరధారారూషితో బాహు రేకో దివః పపాత. రాజా విలోక్య సభ్యా నవాదీత్-‘మహా నయం వీరః సంగ్రామే ప్రతిభటై ర్న్యపాతి. త స్యైకః సఖడ్గో బాహు రత్ర పతితః.’ ఏవం వద త్యేవ రాజని

---

శ్వః ప్రభాతే=రేపు ప్రొద్దున. అమర...సాదితమ్=దేవ రాజు దయచేత పొందఁబడినదైన. సామాజికాః=సభ్యులు. పూర్వదేవానామ్=రాక్షసులకు. సవిధే=సమీపమందు. ఉరరీకృతవాన్=అంగీకరించెను. ప్రణయినీమ్=ప్రియను. ఉదపప్తత్=ఎగసెను....ముష్టి=పిడికిటిచేత. రూషితః=పూయఁబడిన. దివః=ఆకాశమునుండి. ప్రతి

కబన్ధో న్యపతత్. సమనన్తర మేవ శిరోఽపి పత దదృశ్యత. త ద్దృష్ట్వా సా వనితా సకరుణం జగాద-“భో దేవ, మమ భర్తా రణాఙ్గణే యుద్ధం విధాయ శత్రుభి ర్నిహతః. త స్యేదం శరీరం సఖడ్గో బాహుః శిర శ్చ. మమ ప్రాణప్రియం యావ దమర్యో న వృణతే, తావ దహం గమిష్యామి. మ మాగ్ని ర్దీయతామ్.” ఏవం తస్యా వచనం శ్రుత్వా రా జాబ్రవీత్-‘అయి పుత్రి, కిమర్థ మగ్నిం ప్రవేక్ష్యసి? త్వా మహం తనయా మివ పరిపాలయామి; ర క్షాత్మశరీరమ్.’

వనితా.—దేవ, కి మభిధీయతే! యదర్థ మేతచ్ఛరీరం, స మే స్వామీ దశా మిమా మనుభవతి. దేవ, త దేతచ్ఛరీరం కస్య కృతే రక్షామి. దేవోఽ ప్యేవం మా వాదీత్. యతః ప్రమదాః పతివర్త్మగా ఇతి స్వతస్సిద్ధోఽయం పన్థాః. తథా హి:

శశినా సహ యాతి కౌముదీ, సహ మేఘేన తటిత్ ప్రలీయతే;
ప్రమదాః పతివర్త్మగా ఇతి ప్రతిపన్నం హి విచేతనై రపి.

తథా చ స్మృతిః:—

మృతేభర్తరి యా నారీ సమారోహే ద్ధుతాశనం
సారున్ధతీసమా భూత్వా స్వర్గలోకే మహీయతే.
యావ చ్చాగ్నౌ మృతే పత్యౌ భా ర్యాత్మానం ప్రదాహయేత్
తావ న్ముఞ్చతి నో దేహం స్త్రీ గరిష్ఠా కథఞ్చన.
మాతృకం పైతృకం చైవ యత్ర చైవ ప్రదీయతే
కులత్రయం పునా త్యేషా భర్తారం యానుగచ్ఛతి.
తిస్రః కోట్యోఽర్ధకోటీ చ యాని రోమాణి మానవే
తావత్కాలం వసేత్ స్వర్గే భర్తారం యానుగచ్ఛతి.
వ్యాళగ్రాహీ యథా వ్యాళం బిలా దుద్ధరతే బలాత్
తథా స్త్రీ పతి ముద్ధృత్య సహ తే నైవ మోదతే.
దుర్వృత్తం వా సువృత్తం వా సర్వపాపరతం తథా
భర్తారం తారయ త్యేషా భార్యా ధర్మే సునిష్ఠితా.

---

భటైః న్యపాతి=శత్రువులచేత చంపఁబడెను. కబన్ధః=మొండెము. యావత్ అమర్యః న వృణతే=అప్సరసలు వరింపకముందే.

కౌముదీ=వెన్నెల. తటిత్=మెఱుపు. ప్రలీయతే=అడఁగిపోవును. ప్రమదాః=స్త్రీలు. పతివర్త్మగాః=పతిమార్గమునుపొందువారు (సహగమనము చేయువారు). ప్రతిపన్నమ్=అంగీకరింపఁబడినది.

హుతాశనమ్=అగ్నిని. మహీయతే=పూజింపఁబడుచున్నది....వ్యాళగ్రాహీ=పాములవాఁడు. వ్యాళమ్=పామును. మోదతే=సుఖించును.

రాజన్, పతిహీనాయా జీవితేన కిం ప్రయోజనమ్? ఉక్తం చ:

దీనాయాః పతిహీనాయాః కిం నార్యా జీవితే ఫలం?
శ్మశానవటవత్ తస్యాః శరీరం నిష్ప్రయోజనమ్.

కిం చ: అపి బన్ధుశతై ర్నారీ బహుపుత్త్రగణై ర్యుతా
శోచ్యా భవతి సా నారీ పతిహీనా తపస్వినీ.
గన్ధై ర్మాల్యై స్తథా ధూపై ర్వివిధై ర్భూషణై రపి
వాసోభిః శయనై శ్చైవ విధవా కిం కరిష్యతి?
నాతన్త్రీ వాద్యతే వీణా, నాచక్రో యాతి వై రథః,
నాపతిః సుఖ మాప్నోతి నారీ బన్ధుశతై రపి.
మితం దదాతి హి పితా, మితం మాతా, మితం సుతః,
అమితస్య తు దాతారం భర్తారం కా న పూజయేత్?
దరిద్రో వ్యసనీ వృద్ధో వ్యాధితో వికల స్తథా
పతితః కృపణో వాపి స్త్రీణాం భర్తా పరా గతిః.
నాస్తి భర్తృసమో బన్ధు, ర్నాస్తి భర్తృసమః సుహృత్,
నాస్తి భర్తృసమో నాథో, నాస్తి భర్తృసమః ప్రియః.
వైధవ్యసదృశం దుఃఖం స్త్రీణా మన్య న్న విద్యతే
ధన్యా సా యోషితాం మధ్యే మ్రియతే భర్తు రగ్రతః.

ఇత్యేవ ముక్త్వా సా హుతాశనదానాయ రాజ్ఞః పాదయో ర్న్యపతత్. రాజాపి తస్యాః పతిభక్తిపవిత్రం వచః శ్రవణసాత్ కృత్వా కరుణారసార్ద్రాన్తఃకరణః శ్రీఖణ్డాదిభి శ్చితాం విరచయ్య తా మన్వజ్ఞాసీత్. సాపి రాజ్ఞః సకాశా దనుజ్ఞాం ప్రాప్య భర్తృశరీరేణ సహ పావకం ప్రావిక్షత్. తతః సూర్యోఽపి సంకుచితకరసహస్రశ్చరమగిరిశిఖరగహ్వర మవాగాహత. అథ రాజాపి సాయన్తనం కర్మజాతం నిర్వర్త్య క్రమేణ నిశా మనైషీత్.

అథ ప్రభాతాయాం త్రియామాయా ముదయమహీధరశేఖరాయితతనౌ తిగ్మభానౌ రాజా సింహాసనోపవిష్టః సకలసామన్తసంహతిప్రణతీ ర్యావ దఙ్గీకుర్వ న్నాస్తే, తా

---

శ్మశానవటవత్ = వల్లకాటి మఱ్ఱిచెట్టు వలె....పరా = ఉత్తమమయిన....శ్రవణసాత్ కృత్వా = విని. శ్రీఖణ్డ = చన్దన. చితామ్ = సొదను. పావకమ్ = అగ్నిని....తిగ్మభానౌ = వేఁడికిరణములుగలవాఁడైన సూర్యుఁడు, ఉదయ...తనౌ = తూర్పుకొండయొక్క శిరోమాల్యమువలె ఆచరించిన దేహము కలవాఁడగుచుండఁగా, అనఁగా, తూర్పుకొండయొక్క శిగనున్న పూలదండవలె (సూర్యుఁడు) ఒప్పుచుండఁగా. సామన్త సంహతి ప్రణతీః = చిల్లరరాజుల సమూహముల నమస్కారములను. మధుకర నికు

వత్ స వీరో యథాపూర్వం ఖడ్గహస్తో దేదీప్యమానవిగ్రహో నభస్తలా దవతీర్య రాజ్ఞః కణ్ఠే సురతరుకుసుమనిర్మితాం పరిమళలుబ్ధమధుకరనికురుమ్బనిరన్తరా మమ్లానాం దివ్యమాలాం సమర్ప్య మహేన్ద్రసందేశం తస్మై నివేద్య నానావిధప్రధనానుబద్ధాః కథాః కథయితు ముపాక్రంస్త. తతః సర్వాపి సభా విస్మితా జాతా. తదా వీరో ఽవదత్—“అహ మితో నిర్గత్య స్వర్గం గతో ఽస్మి కిల. తత్ర దేవానాం దైత్యానాం చ మహాన్ సంగ్రామః ప్రవృత్తః. తత్ర చ మయా బహవో దానవా నిపాతితాః. కేచన కాన్దిశీకా ఆసన్. ఏవం సంగ్రామే సకామ ఏవ సంవృత్తే, దేవః సహస్రలోచనః సప్రసాదం మా మవలోక్యావదత్-‘అయే వీర, చిరాద్దృష్టో ఽసి. ఏతావన్తం కాలం కుత్ర స్థితో ఽసి?’ తతో ఽ వాదిషమ్-‘స్వామినః శాపా దేతావన్తి దినాని భూలోకే స్థితో ఽస్మి. అద్య స్వామినో దైత్యైః సహ యుద్ధం ప్రాప్తమాకర్ణ్య సాహాయ్యార్థ మాగతః.’ తదా పరం ప్రసన్నచిత్తో మహేన్ద్రః ‘అయే వీర, ఇదమ్ప్రథమం మధ్యమలోకం మా గచ్ఛతాత్. సంప్రతి త ’వాహం ప్రసన్నో ఽస్మి. గృహాణ కనకవలయ’ మితి స్వకరాన్మణికఙ్కణ మున్ముచ్య మమ హస్తే స్వయ మే వాచకలత్. పున రహం ‘భోః స్వామిన్, అహ మత్రాగచ్ఛన్ విక్రమార్కే భార్యాం నిక్షిప్యాగతో ఽస్మి. తాం గృహీత్వా ఝడితి పునః సమాగమిష్యామి దేవపాదమూల మి’తి విజ్ఞాప్య సమాగతో ఽస్మి. తత్ క్వ మే ప్రేయసీ? ప్రేష్యతామ్.” రాజా తద్వచనం శ్రుత్వా విస్మయం గత్వా తూష్ణీ మభూత్. ఐన్ద్రజాలికః.— ‘రాజన్, కి మితి జోష మాస్యతే?’ తదా సభ్యః కశ్చి దాహ—‘తవ భార్యాగ్నిం ప్రవిష్టా.’ ఐన్ద్రజాలికః.—‘హన్త! కి మేతత్!’ సర్వే పరస్పరవదనాని విలోకయన్తో నిరుత్తరీభూతా ఆసన్. త దైన్ద్రజాలికః.—‘భో రాజవతంస, పరదారసహోదరః సకలార్థిలోకకల్పతరు శ్చేతి మహతీం కీర్తి మాసాద్య మమ ప్రాణప్రియా మన్తఃపురే సంగోప్య కిమర్థం తూష్ణీంస్థితో ఽసి? కి మేతదపచరితమ్?’ ఇ త్యుక్తవతి తస్మిన్, రాజా సంకుచితమనాః శుద్ధాన్తచరాన్ సౌవిదల్లా నాహూయావాదీత్—‘సౌవిదల్లాః, సత్యం బ్రూత. కి మస్య దయితాన్తర్వర్తతే?’ సౌవిదల్లాః.—‘స్వామి న్నస్మజ్జనన్యా దేవ్యా సల్లపన్తీ సుఖ మాస్తే.’ రాజా.—‘త ర్హ్యత్రానయత.’ తత స్తే మహాప్రసాద ఇతి సత్వర మన్తఃపురం ప్రవిశ్య తా మానైషుః. రాజా తాం దృష్ట్వా సామాజికైః సహ మహాన్తం విస్మయ మవాప్నోత్.

---

రుమ్బ=తుమ్మెదల సమూహముచేత. అమ్లానామ్=వాడని. సందేశమ్=వార్తను. ప్రధనానుబద్ధాః=యుద్ధసంబంధమయిన. దైత్యానామ్=రాక్షసులకు. సంగ్రామః=యుద్ధము. దానవాః=రాక్షసులు. కాన్దిశీకాః=పాఱిపోయినవారు. అచకలత్=తొడిగెను. జోష మాస్యతే=ఊరకున్నావు. సంగోప్య=దాచి. అపచరితమ్=అకార్యము. శుద్ధాన్తచరాన్=అంతఃపుర చరులైన. సౌవిదల్లాన్=కంచుకులను, అంతఃపురపాల

అత్రాన్తరే స వీరః స్థిత్వాస్తావీత్. "జయ మహారాజ, సకలమహీపాలమకుటకోటిమణికిరణపాటలితపాదపీఠ, జయ, నిరర్గళదానోదకధారాపూరప్లవమాననిఖిలమార్గణ, విక్రమ, వసున్ధరాధురన్ధర; అహ మైన్ద్రజాలికః; మ యైత దైన్ద్రజాలవిద్యాలాఘవం దర్శితమ్." రాజా పరమాశ్చర్యతరఙ్గితాన్తరఙ్గోఽభూత్. తస్మిన్ సమయే భాణ్డాగారిక ఆగత్యాభాణీత్ – 'భోః స్వామిన్, పాణ్డ్యరాజేన స్వామినే కరః ప్రేషితః.' రాజా.— 'కిం ప్రేషితమ్?' భాణ్డాగారికః.— "దేవ,

అష్టౌ హాటకకోటయః, త్రినవతి ర్ముక్తాఫలానాం తులాః,
పఞ్చాశ న్మదగన్ధలుబ్ధమధుపా ధారన్ధరాః సిన్ధురాః,
అశ్వానాం త్రిశతం, చతుర్దశ రథాః, పణ్యాఙ్గనానాం శతా,
న్యేత ద్విక్రమభూమిపాల, భవత స్తత్పాణ్డ్యరాజ్ఞా ప్రేషితమ్."

తతో రాజా సర్వ మైన్ద్రజాలికాయ దీయతా మి త్యాదిక్షత్. తదా తేన తత్సర్వం తస్మై దత్తమ్.

ఇమాం కథాం కథయిత్వా సాలభఞ్జికా భోజరాజ మబ్రవీత్ – 'భో రాజ న్నీదృశ మౌదార్యం విద్యతే చే దుపవిశ.' త చ్ఛ్రుత్వా భోజరాజో వ్రీడిత స్స్వం గృహం గతః.

ఇతి త్రింశోపాఖ్యానమ్.

---

## అథైకత్రింశోపాఖ్యానమ్.

---

అత్రాయం మతికౌశలా ద్విలసతో బేతాళతః స్వాం మృతిం
దూరేఽపోహ్య తత శ్చ హన్తుమనసం సంహృత్య దిగ్వాససం
బేతాళం స్వవశంవదం చ కలయ న్నష్టౌ చ సిద్ధీః పరాః
ప్రాప్యోద్దామయశాః శశాస వసుధా మి త్యేవ మాభాషతే.

పున ర ప్యేకదా రాజా సింహాసన మారోఢు మాజగామ, తావ దన్యా పాఞ్చాలికా జగాద, 'భో మహీవల్లభ, విక్రమార్క సదృశ మేవ వహే ఽతి మహా

---

ఘలను. కోటి=అగ్రములచేత. పాటలిత=ఎఱ్ఱఁగాఁ జేయఁబడిన. పూర...మార్గణ=ప్రవాహమందు ఈఁదుచున్న సకల యాచకులుకలవాఁడా. తరఙ్గిత=కెరటములుఁగలదైన. కరః=కప్పము....హాటక=బంగారముయొక్క.

మతి కౌశలాత్=బుద్ధి చాతుర్యమునకు. విలసతః=సంతోషించిన. అపోహ్య=పోఁగొట్టి. హన్తుమనసమ్=చంపఁగోరిన. దిగ్వాససమ్=దిగంబరుని. ఉద్దామయశాః=గొప్పకీర్తికలవాఁడు. శశాస=ఏలెను.

న్ద్రేణ దత్తాదేశ మిద మాసనమ్. తదీయా మఙ్గళగుణా స్త్వ య్యపి యది, తదేమ ముప విశ.' రాజా.—'భోః సాలభఞ్జికే, కథయ తస్య భవ్యగుణాన్.' ప్రతిమా.—'రాజన్, శ్రూయతామ్.

విక్రమార్కే రాజ్యం కుర్వ త్యేకదా కశ్చి ద్దిగమ్బర ఆగత్య,

'శ్రీశో దదాతు భగవాన్ భక్తానాం వః సమీహితం
యద్భక్తిః శుల్కతా మేతి ముక్తికన్యాకరగ్రహే.
ధ్యానవ్యాజ ముపేత్య చిన్తయసి కా? మున్మీల్య చక్షుః క్షణం
పశ్యానఙ్గశరాతురం జన మముం, త్రాతాపి నో రక్షసి,
మిథ్యాకారుణికో౽సి, నిర్ఘృణతర స్త్వత్తో౽స్తి కో౽న్యః పుమాన్?
సేర్ష్యం మారవధూభి రి త్యభిహితో దేవో జినః పాతు వః.
యచ్చాపగా శ్రీః సదనం సురాణాం యన్మన్దురా పద్మభువో ముఖాని
యత్తూణ మమ్భోధరపానభూమి ర్దేవః స భూయా ద్భవతాం శివాయ.
ఏకం ధ్యాననిమీలనాముకులితం చక్షు ర్ద్వితీయం పునః
పార్వత్యా వదనామ్బుజే మదలసద్భృఙ్గాయితం యస్య వై
అన్య ద్దూరవికృష్టచాపమదనే క్రోధానలోద్దీపితం
శమ్భో ర్మఙ్గళదం సమాధిసమయే నేత్రత్రయం పాతు వః.'

---

యద్భక్తిః=ఎవనియందలి ప్రపత్తి,ముక్తి... హే-ముక్తి=మోక్షమనెడు-కన్యా=కన్నెయొక్క-కర = హస్తముయొక్క-గ్రహే=పట్టుకొనుటయందు-అనఁగా ముక్తికన్యను పెండ్లియాడుటకు, శుల్కతామ్=ఓలితనమును, ఏతి=పొందుచున్నదో; తా. ఎవనియందలి భక్తిచేత మోక్షముకలుగునో.

ధ్యా నేతి=ధ్యానమనుమిష నవలంబించి ఎవతెను తలపోయుచున్నావు? కన్ను దెఱచి క్షణముసేపు మన్మథబాణపీడితలమైన మమ్ము చూడుము. రక్షకుఁడ వయ్యును రక్షింపకున్నావు. కనికరముగలవాఁడవని అసత్యపుఖ్యాతిని పొందియున్నావు. కనికరములేనివాఁడు నీకన్న మఱియెవఁడు? మన్మథుఁడు పంపిన స్త్రీలచేత అసూయతో ఇట్లు చెప్పఁబడిన జినదేవుఁడు మిమ్ము రక్షించునుగాక.

యచ్చా పేతి=ఎవనియొక్క వింటిని పొందిన సిరి దేవతలకు ఇల్లో (మేరుపర్వతము ఎవనికి విల్లో), ఎవని గుఱ్ఱపుసాల బ్రహ్మయొక్క ముఖములో (బ్రహ్మముఖములందలి వేదములు ఎవనికి గుఱ్ఱములో), ఎవని యమ్ములపొది మేఘముల పాన క్షేత్రమో (సముద్రము ఎవనికి అమ్ములపొదియో, అనఁగా, సముద్రశాయి విష్ణువు ఎవనికి బాణమో), ఆదేవుఁడు [శివుఁడు] మీకు మంగళమును చేయునుగాక.

మద లసత్ భృఙ్గాయితమ్=మదముచే ఒప్పుచున్న తుమ్మెదవలెనుండినది.

ఇత్యాశిష ముక్త్వా రాజ్ఞో హస్తే ఫల మేక మదాత్. అథ రాజనిర్దిష్ట మాసన మధ్యాసీనో వాచ మేవ ముదఞ్చయామాస-'రాజ న్నహం మార్గశీర్షచతుర్దశ్యాం నిశి శ్మశానే హవనం కరిష్యామి. భవాన్ హి పరోపకారీ, మహాసత్త్వాధిక శ్చ; త ద్భవతు మామకహవన సహకారీ.' రాజా.—'మయా కిం కర్తవ్యమ్?' దిగమ్బరః.—'మహాశ్మశాన స్యానతిదూరే శమీపాదపమూలే కశ్చి ద్బేతాళో వరీవృత్యతే. స త్వయా మౌనేన సమానేతవ్యః.' రాజా ఓ మి త్యఙ్గీచకార.

క్షపణకః కృష్ణచతుర్దశ్యాం హోమద్రవ్యాణి సఙ్గృహ్య మహాశ్మశానవాట మగాహత. రా జాపి కృపాణపాణి ర్మహాశ్మశానం వివేశ. తత్ర చ దిగమ్బరో బేతాళపరిగ్రహార్థం శమీమహీరుహ మదర్శయత్. తేన చ మార్గేణ భూరుహం తం ప్రాప్య బేతాళం స్కన్ధే గృహీత్వా శ్మశానమార్గే సమాగచ్ఛతి భూపాలే బేతాళో జగాద-'భో రాజన్, మార్గశ్రమాపనయాయ కాపి కథా కథ్యతామ్.' రాజా మౌనభఙ్గభయాత్ తూష్ణీం జగామ. పున ర్బేతాళః 'కథాం న కథయసి. మౌనభఙ్గభయా న్న జల్పసి. త ర్హ్యహం కథయామి. కథావసానే మమ ప్రశ్నోత్తరం జ్ఞాత్వాపి మౌనభఙ్గభయా న్న కథయిష్యసి చేత్, తవ శిరః సహస్రధా ఫలిష్యతీ' తి భణిత్వా కథాం కథయితు మారేభే.

భో రాజన్, శ్రూయతామ్:—దక్షిణేన హిమవన్తం విన్ధ్యవతీ నామ నగరీ. తత్ర సువిచారో నామ రాజా వసతి స్మ. తస్య పుత్త్రో జయత్సేనః. స ఏక దాఖేటనాయ మహ దరణ్య మవగాహ్య తత్ర కరిణ మేకం దృష్ట్వా త మనుధావన్ సుదూర మతిపపాత. అథ కథఞ్చి న్నగరమార్గ ముపలక్ష్య మన్దం మన్ద మేకాకీ సమాగచ్ఛన్ మధ్యే కా మపి తరఙ్గిణీ మద్రాక్షీత్. తత్ర తీరే కశ్చి ద్బ్రాహ్మణోఽనుతిష్ఠ న్నతిష్ఠత్. రాజపుత్త్ర స్తత్సమీపం గత్వావదత్-'భో బ్రాహ్మణ, యావ దహం జలం పిబామి, అము మశ్వం గృహాణ.' బ్రాహ్మణః.—'కిం తవ ప్రేష్యోఽహ మశ్వం గ్రహీతుమ్!' తత స్తేన కశయా తాడితో బ్రాహ్మణో రుదన్ రాజసమీప మాగత్య సర్వం వృత్తాన్తం నివేదయా మాస. స రా జాపి త చ్ఛ్రుత్వా రోషారుణలోచనః పుత్త్రం స్వదేశా న్నిర్వాసయితు మియేష. తస్మి న్నవసరే సచివః ప్రాహ-'దేవ, రాజ్యభారోద్వహనయోగ్యం కుమారం కి మితి దేశా న్నిర్వాసయసి? నైత దుచితం మన్యే.' రాజా.—"సఖే సముచిత మే వేద మస్య మన్యే, య ద్బ్రాహ్మణం కశయా జఘాన. బుద్ధిమతా పురుషేణ బ్రాహ్మణద్వేషో న కార్యః. ఉక్తం చ:

---

ఉదఞ్చయామాస=ఉచ్చరించెను (పలికెను). హవనమ్=హోమమును. శమీ=జమ్మిచెట్టు. వరీవృత్యతే=తిరుగుచుగానుండును....స్కన్ధే=బుజముమీఁద. ఫలిష్యతి=పగులును....ప్రేష్యః=నౌకరు. కశయా=కొరడాతో.

న విషం భక్షయేత్ ప్రాజ్ఞో, న క్రీడేత్ పన్నగైః సహ,
న నిన్దే ద్యోగిబృన్దం చ, బ్రహ్మద్వేషం న కారయేత్.

భో మన్త్రిన్, కిం త్వయా న శ్రుతాని పురాణాని? పురా బ్రాహ్మణశాపా దీశ్వరస్య లిఙ్గం పపాత. తథా చ:

అత్యున్నతపదం ప్రాప్తః పూజ్యం నైవాపమానయేత్,
నహుషః శక్రతాం ప్రాప్త శ్చ్యుతోఽగస్త్యావమానతః.

అతో బ్రాహ్మణాః సర్వేఽపి పూజనీయా ఏవ. ఉక్తం చ:

ద్విజా శ్చ నావమన్తవ్యా స్త్రైలోక్యేశ్వరపూజితాః,
దేవవత్ పూజనీయా స్తే దానమానార్చనాదిభిః.
యైః కృతః సర్వభక్షోఽగ్ని, రపేయః స మహోదధిః,
క్షయీ చ స కృత శ్చన్ద్రః, కోఽనష్టో విప్రకోపనాత్?
యతః సోమం న దాశ్నన్తి, హవ్యాని త్రిదివౌకసః,
కవ్యాని చైవ పితరః, కిం భూత మధికం తతః?

తథా చ: యే పూజితాః సురాః సర్వే మనుష్యా శ్చైవ, భారత,
తపోవ్రతధనా యే చ, క స్తాన్ జగతి నార్చయేత్?
పూర్వం పీతః సముద్రో యై, ర్విన్ధ్యో యై ర్వినిపాతితః,
యై శ్చాపి దేవతాః పుష్టాః, కిం భూత మధికం తతః?
య ఏవం దేవ మన్విచ్ఛే దారాధయితు మవ్యయం
సర్వోపాయైః ప్రయత్నేన సంశోషయతు స ద్విజాన్.

తథా చ: ద్వారవత్యాం భగవతా కృష్ణే నాప్యుక్తమ్:
ఘ్నన్తం శపన్తం పరుషం వదన్తం యో బ్రాహ్మణం నార్చయతే తథా మామ్
స పాపకృ బ్రహ్మదవాగ్నిమధ్యే వధ్య శ్చ దణ్డ్య శ్చ న చాస్మదీయః.

కిం చ: య శ్చ మాం పరయా భక్త్యా హ్యారాధయితు మిచ్ఛతి
తేన పూజ్యా ద్విజాః సమ్య గేవం తుష్టో భవా మ్యహమ్.”

ఇ త్యుక్త్వా పునః ‘అనేన దురాత్మనా యేన హస్తేన బ్రాహ్మణ స్తాడితః తస్య చ్ఛేద ఏవ ప్రతీకార’ ఇతి కరచ్ఛేదం నిర్ణినాయ. తావ దేవ బ్రాహ్మణాః సమాగత్య తం రాజాన మభాణీత్- ‘భో రాజన్, సుతో బాలిశ స్తథా కృతవాన్. అద్య ప్రభృతీదృశ

---

పన్నగైః=పాములతో....శక్రతామ్= ఇంద్రత్వమును....సర్వభక్షః=సకలమును తినువాఁడు. అపేయః=త్రాగరానివాఁడు....సోమమ్ = సోమలతారసమును. హవ్యాని=ఆహుతులను. త్రిదివౌకసః=దేవతలు. కవ్యాని=పితృదేవతల కీఁబడినవానిని....అవ్యయమ్=నాశహీనుఁడైన....బాలిశః=తెలియనివాఁడు,

మనుచితం న కుర్యాత్. అద్యోఽయ మపరాధో మర్షణీయః. అహం పున ర్మర్షయా మ్యే న మి' తి. తస్య వచనం శ్రుత్వా రాజా స్వపుత్రీం విససర్జ. బ్రాహ్మణోఽపి యథాగత మగాత్.

ఇతి కథాం కథయిత్వా బేతాళః ప్రాహ:—‘యది జానాసి బ్రూహి, అనయోః బ్రాహ్మణభూపాలయోః గుణాధికః కః?’ రాజా.—‘భూపాల ఏవ గుణాధికః.’ త చ్ఛ్రుత్వా మౌనభఙ్గో జాత ఇతి బేతాళః శమీతరు మాజగామ. రాజాపి పున స్తత్ర గత్వా తం స్కన్ధే సమారోప్య యావ దాజగామ, తావత్ పున రపి కథాం కథయతి స్మ. ఏవంవిధాః కథాః పఞ్చవింశతిం కథయామాస. తతో బేతాళో విక్రమస్య బుద్ధి కౌశలం కథాగ్రహణవైదగ్ధ్యం కృపాపారసౌదార్యాదీమాం శ్చ గుణా న్నిరీక్ష్య తస్మి న్ప్రసన్నో భూత్వా విక్రమ మవాదీత్:—‘భో రాజ, న్నయం దిగమ్బర స్త్వాం హన్తుం ప్రయతతే.’ రాజా.—‘కథ మివ?’ బేతాళః.—“యదా త్వం మాం తత్ర నేష్యసి, తదా స ఏవం త్వాం వదిష్యతి- ‘భో రాజ న్, త్వ మతిశ్రాన్తోఽసి. ఇదానీ మిమ మగ్నికుణ్డం ప్రదక్షిణీకృత్య దణ్డవత్ ప్రణమ్య నిజస్థానం గచ్ఛ.’ ఇ త్యుక్త స్త్వం ప్రణామం కర్తుం నమ్రో భవిష్యసి. తదా దిగమ్బరః ఖడ్గేన భవ న్తం ప్రహృత్య తావకేన మాంసేన హోమం కృత్వా పూర్ణాహుతిం విధాయ తత్ర హోమే బ్రహ్మాణం మాం కృత్వా సర్వ మే వేదం కర్మ బ్రహ్మార్పణం కరిష్యతి. ఏవం కృతేఽస్య దిగమ్బర స్యాణిమాద్యా అష్ట సిద్ధయో భవిష్య న్తి.” విక్రమః.—‘సఖే, కి మహం కరవాణి?’ బేతాళః.—“త్వ మేవం కురు: యదా స దిగమ్బర స్త్వాం నమస్కర్తు మాదేక్ష్యతి, తదా ‘అహం సార్వభౌమః, సర్వే రాజాన స్మా మేవ ప్రణమ న్తి, మయా ప్రణామః క దాపి న కృతః. త దహం న జానే: త్వం ప్రథమం ప్రణామ మనుష్ఠాయ దర్శయ. అన న్తర మహం కరిష్యామీ’ తి బ్రూహి. తతః స యదా ప్రణామం కర్తుం నమ్రో భవిష్యతి, తదా త్వం తస్య శిర శ్ఛిన్ద్యాః. అహం తవ బ్రహ్మా భూత్వా హవనం పూరయిష్యామి: త వాష్టౌ మహాసిద్ధయో వశంవదా భవి ష్య న్తి.” ఇ త్యుక్తో రాజా త థైవ కృతవాన్. తతో బేతాళః స్వయం నిర్వర్త్య హవనం, దిగమ్బరస్య శిరః పూర్ణాహుతిం కృత్వా, స్వం బ్రహ్మార్పణం నిధాయ, అణిమా దీ రష్ట మహాసిద్ధీ రాజసాత్ కృత్వా జగాద:—‘భో విక్రమార్క, మహీపాల, త వా హం ప్రసన్నోఽస్మి, వరం వృణీష్వ.’ రాజా.—‘యది మమ ప్రసన్నో జాతోఽసి త ర్హీమం దిగమ్బరం సముద్ధర. య దాహం తవ స్మరిష్యామి, తదా త్వ మాగన్తు మ ర్హసి.’ స త థేతి ప్రతిజ్ఞాయ దిగమ్బరం సముద్ధృత్య నిజనివేశం ప్రవివేశ. రాజా విక్ర మోఽపి తస్మై దిగమ్బరాయ తా అష్ట మహాసిద్ధీ ర్దత్త్వా స్వనగరం వివేశ.

ఇతి కథయన్త్యాం సాలభఞ్జికాయాం భోజరాజః ‘సత్య మాహ భవతీ, నాహం

---

సార్వభౌమః=సర్వభూమికిని ప్రభువను. ఛిన్ద్యాః=ఛేదింపుము.

విక్రమార్కస్య శతతమీం కలా మర్హామి. ము ధైవ హాయ ముద్యమో మయా బహువార మకారి.' ఇతి విరరామ.

ఇ త్యేకత్రింశోపాఖ్యానమ్.

---

## అథ ద్వాత్రింశోపాఖ్యానమ్.

---

శ్రీధారాపురధూర్వహే గుణనిధౌ భోజక్షమావల్లభే
భూయోఽపి స్పృహయా సమేత్య శనకై రారోఢు ముత్కణ్ఠితే
సాటోపం ప్రతిమా నివార్య చరమా సింహాసనే జాగ్రతీ
ముఖ్యాన్ విక్రమరాజశేఖరగుణా నాఖ్యాతి లోకోత్తరాన్.

శ్రీభోజరాజే జ్ఞాత్వాఽపి పున రాగతే చరమా సాలభఞ్జికా జగాద-—'హన్త! కథ మియం తే దురాశా! నివృత్తకామోఽపి పున రాగతోఽసి. అద్యాపి సమాకర్ణయ శ్రీవిక్రమార్కగుణాన్.' భోజః—'అయి సాలభఞ్జికే క్షమస్వ, భూయోఽపి కథయ తస్య చారిత్రం గుణాంశ్చ.' సాలభఞ్జికా—భో రాజన్, శ్రూయతామ్.

విక్రమార్కస్య సదృశం క మపి న పశ్యామి. యః కాష్ఠమయఖడ్గేన చతురకూపారపరిక్షిప్తక్షితితలగతాన్ నరపతీన్ విజిత్య నిస్సపత్నం రాజ్యం కృతవాన్. యః పరేషాం శకం నిరాకృత్యాత్మశకం వర్తయామాస. సమస్తదుర్జననిరాకరణం సమస్తయాచకలోకదుర్గతిహరణం అవగ్రహనిరసనం చైతత్ సర్వ మపి విక్రమో మహీమణ్డలే నిరవశేషం కృతవాన్. తత స్తత్సమః పురుషో నాస్తి. ఏవంవిధసత్త్వసాహసౌదార్యశౌర్యాదిగుణా స్త్వయి విద్యన్తే యది సింహాసనేఽస్మి న్నుపవిశ.

తచ్ఛ్రుత్వా రాజా తూష్ణీ మవతస్థే.

ఇతి ద్వాత్రింశోపాఖ్యానమ్.

---

అత్రాన్తరే కాచన పుత్త్రికా చిత్రార్పిత మివ త్రపాభరా దవస్థితం భోజ మవాదీత్:—"భో భోజరాజ, భవా నపి విక్రమార్కప్రతీకాశ ఇ త్యేవ మన్యే, యతో యువాం ద్వా వపి నరనారాయణాత్మధారిణౌ. ఇదానీం త్వత్తః పవిత్రచరిత్రః సకల

---

శతతమీం కళామ్=నూఱవ భాగమునకును.

కాష్ఠమయ ఖడ్గేన=కొయ్యకత్తితో. చతుః అకూపార పరిక్షిప్త=నాలుగు సముద్రములచేత చుట్టఁబడిన. నిస్సపత్నమ్=శత్రురహితము. దుర్గతి=దారిద్ర్యముయొక్క.

పుత్త్రికా=బొమ్మ. చిత్ర అర్పితమ్ ఇవ=పటములో వ్రాయఁబడినవాని వలె. త్రపా=లజ్జయొక్క.

కలాప్రవీణః శౌర్యౌదార్యాదిసుగుణభూషణో రాజా నాస్తి. అత స్తవ ప్రసాదా దస్మాకం ద్వాత్రింశతః పుత్త్రికాణాం శాపపరిహారో జాతః. శాపా ద్విముక్తాః స్మః." తదా భోజః—'కథం వః శాపో జాతః? తన్మూలం కథయ.' పుత్త్రికాకథయత్. భో రాజన్, శ్రూయతామ్.

వయం ద్వాత్రింశత్ సురాఙ్గనాః, పార్వత్యా వయస్యాః, తస్యాః పరమప్రేమాస్పదీభూతాః, ప్రత్యేక మస్మాకం నామధేయాని శ్రూయన్తామ్:—సుకేశీ, ప్రభావతీ, సుప్రభా, ఇన్ద్రసేనా, అనఙ్గజయా, ఇన్దుమతీ, కురఙ్గనయనా, లావణ్యవతీ, కామకారికా, చన్ద్రికా, విద్యాధరీ, ప్రబోధవతీ, నిరుపమా, హరిమధ్యా, మదనసున్దరీ, విలాసరసికా, మన్మథసంజీవనీ, రతిలీలా, మదనవతీ, చిత్రరేఖా, సురతగహ్వరా, ప్రియదర్శనా, కామోన్మాదినీ, చన్ద్రరేఖా, హంసప్రబోధా, కామశరోన్మాదినీ, సుఖసాగరా, మదనమోహినీ, చన్ద్రముఖీ, లావణ్యలహరీ, మరాళగమనా, జగన్మోహినీ చ. ఏతా వయ మేకదా కుత్రాపి రజతశిలాతలే సముపవిష్టాః కి మపి కి మపి సల్లపన్త్యః సుఖ మాస్మ. తదా పరమేశ్వరః సానన్ద మస్మాసు రాగరమణీయాం దృష్టిం న్యవేశయత్. తత్రాన్తరే తం దృష్ట్వా దేవీ పార్వతీ సకోపాస్మా నేవ మశపత్—'భవత్యో నిర్జీవాః పుత్త్రికా భూత్వా వాసవసింహాసనే తిష్ఠన్త్వి' తి. తతోఽస్మాభిః ప్రణిపత్య శాపావసానం యాచితా దేవీ కృపాసాన్ద్రాన్తఃకరణాఽస్మా నవదత్, 'కలియుగే విక్రమాదిత్య స్తత్సింహాసన మిన్ద్రలోకా ద్భూమిం నేష్యతి. తదా తస్మి న్నుపవిష్టః స రాజచూడామణి ర్బహూని వర్షాణి రాజ్యం పరిపాలయిష్యతి. తస్మిన్ పరలోకగతే కస్మింశ్చిత్ పవిత్రే క్షేత్రే తదాసనం సచివా నివేశయిష్యన్తి. తతః కతిపయై ర్దివసై స్తద్భోజరాజహస్తగతం భవిష్యతి. తత స్తన్నగరం నీత్వా ప్రతిష్ఠాప్య త దారోఢుం యదా భోజభూపాలః సముద్యాస్యతి, భవతీభిః సహ సల్లాపం కరిష్యతి, తదా విక్రమార్కచరిత్రం భోజరాజాయ కథయత, యూయం శాపా ద్విమోక్ష్యధ్వే' ఇతి.

ఇతి నిజవృత్తాన్త ముక్త్వా పున రపి భోజ మవదన్:—'భో రాజన్, వయం ప్రసన్నాః స్మః. వరం వృణీష్వ.' తదా భోజః—"మమ కిం నా మాపేక్షణీయమ్? సంపూర్ణకామోఽస్మి. తథాపి పరోపకారార్థం కి మపి మయా ప్రార్థ్యతే. యే మర్త్యా ఏతచ్చరిత్రం శృణ్వన్తి లిఖన్తి వా తేషాం ప్రౌఢప్రతాపకీర్తిశౌర్యౌదార్యాదిగుణాః ప్రవర్ధన్తామ్. ఏతచ్చరిత్ర మాకల్ప మవిచ్ఛిన్నం మహీమణ్డలే వర్తతామ్. శ్రోతృణాం భూతప్రేతపిశాచశాకినీఢాకినీమారీయక్షరాక్షసాదిభయం మనాగపి మా భూత్. వ్యాఘ్రభల్లూకప్రముఖశరారునికరా దపి భీతి ర్మా జాయతామ్."

వ్యాఘ్రభల్లూకప్రముఖశరారునికరా దపి=పులులు ఎలుఁగుబంట్లు మొదలయిన ఘాతుకజంతువులయొక్క సమూహమునుండి సయితము.

ఇతి ప్రార్థితాః సాలభఞ్జికా యథాభిలషిత మస్త్వితి రాజ్ఞే వరం దత్త్వా సర్వా అపి పరిగృహీతసురసున్దరీవిగ్రహా దివ ముత్పేతుః.

తతో భోజరాజ స్తత్సింహాసనం విచిత్రహాటకానర్ఘనవమణిఖచితే ప్రాసాద శిఖరే సంస్థాప్య తదుపరి పరమేశ్వరం నిధాయ దేవం సింహాసనం చ ప్రతిదిన మర్చయన్ సుఖేన మహీం సుచిరం శశాస.

శ్రీమతో విక్రమార్కస్య చరిత్రం మహిమోత్తరం
ద్వాత్రింశత్ప్రతిమాప్రోక్తం సమాప్తి మగమత్తరామ్.

---

ఉత్పేతుః=ఎగిరిపోయిరి. శశాస=పరిపాలించెను.

# ఆంధ్రగ్రంథములు.

ఉషానాటకము—శ్రీకృష్ణులవారిమనుమఁడు అనిరుద్ధుఁడును బాణాసురుని కూఁతురు ఉషయు కలలో వివాహమాడుట లోనగు నద్భుతకథ. 8 అ.

శాకుంతలనాటకము—శ్రీకాళిదాసప్రణీత సంస్కృతనాటకమునకు సరియైన తెనుఁగు నాటకము. ... ... ... ... 8 అ.

ప్రతాపరుద్రీయనాటకము.—యుగంధరమంత్రి ఓరుగంటిప్రతాపరుద్రుని ఢిల్లీలో చెఱవిడిపించి ఢిల్లీసుల్తానును ఓరుగంటికి ఖైదుగొనిపోవుట. రు. 1.

నాగానందనాటకము—శ్రీహర్ష దేవ విరచిత సంస్కృతనాటకమునకు సరియైన తెనుఁగు నాటకము. సటిప్పణము. దయావీరుఁడును దానవీరుఁడును అగు విద్యాధర చక్రవర్తి జీమూతవాహనుని దివ్యచరిత్రము. ... ... 8 అ.

గ్రామ్యభాషాప్రయోగనిబంధనము—తెనుఁగు నాటకములలో నీచపాత్రములకు గ్రామ్యభాషను ప్రయోగింపరాదనువారి వాదముల నెల్ల ఖండించి నీచపాత్రములకు గ్రామ్యముం బెట్టనిది నాటకమే కాదని సిద్ధాంతించుట. ... 4 అ.

ఆంధ్రప్రసన్నరాఘవనాటక విమర్శము—ఇందు-జయదేవ మహాకవికృత సంస్కృత ప్రసన్నరాఘవనాటక స్వారస్య సర్వస్వ వివరణంబును, ఇప్పటి యాంధ్రకవనములయందలి దోషముల దిద్దుపాటునుం, గలవు. 345 పు. ... 1 రు.

కావ్యాలంకారచూడామణి—తెనుఁగున ఛందోలంకారశాస్త్రము. రాజరాజనరేంద్రునిమనుమని కంకితముగా విన్నకోట పెద్దన రచించెను. ... 1 రు.

పారిజాతాపహరణము—'ముక్కు తిమ్మనార్య ముద్దుపలుకు.' 4 అ.

కథాసరిత్సాగరము—సోమదేవభట్టరచిత సంస్కృత కథకు సరియైన తెనుఁగు. అత్యద్భుత నీతి వ్యవహార కథలు; స్త్రీలకు సయితము సులువయిన వచనగ్రంథము. ఇందు లేని ఫక్కిగా నొకకథను నూతనముగా కల్పింప నసాధ్యము. అరేబియన్‌నైట్సు లోనగు కథలయందు చమత్కారము ప్రధానము, నీతి తక్కువ; ఇందు రెండును ప్రధానములు. 1092 పు. సంపూర్ణగ్రంథము. ... ... 4 రు.

| | | | |
|---|---|---|---|
| ఇదే | ప్రథమ | భాగము | 1 రు. |
| ,, | ద్వితీయ | ,, | 1 రు. |
| ,, | తృతీయ | ,, | 1 రు. |
| ,, | చతుర్థ | ,, (అంత్యము) | 1 రు. |